रिलेशन्स

नातं जोडताना

डॉ. स्मिता प्रकाश जोशी

सकाळ प्रकाशन

सकाळ प्रकाशन

Relations : Nata Jodatana

रिलेशन्स : नातं जोडताना

प्रथम आवृत्ती : ऑगस्ट, २०२५
प्रकाशक : सकाळ मीडिया प्रा. लि.
५९५, बुधवार पेठ, पुणे ४११ ००२
संपादन : अंजली इंगवले
मुखपृष्ठ : संतोष घोंगडे
मांडणी : मधुमिता शिंदे
मुद्रणस्थळ : विकास प्रिंटिंग ॲण्ड कॅरिअर्स प्रा. लि.
प्लॉट नं. ३२, एमआयडीसी, सातपूर, नाशिक
ISBN : 978-93-48048-20-2
संपर्क : ९८८१५ ९८८१५ / ८८८८८ ४९०५०
sakalprakashan@esakal.com

रिलेशन्स जोडू पाहणाऱ्या
सोशल मीडियावर अवलंबून असणाऱ्या
आणि
प्रवाहानुसार पुढे जाणाऱ्या
‘जेन झी’ला....
योग्य दिशा मिळण्यासाठी
सादर अर्पण!

प्रस्तावना

काही नाती रक्ताची असतात, तर काही जोडलेली असतात. काही नाती जन्मोजन्मीचीअसतात तर काही क्षणापुरती असतात. काही नाती व्यावहारिक असतात, तर काही हृदयाने जोडलेली असतात. नातं कोणतंही असो, त्यामध्ये अपेक्षा असतातच. अपेक्षा जास्त तेवढे अपेक्षाभंगाचे दुःखंही जास्त. नात्यातील अपेक्षा पूर्ण झाल्या नाही की त्रास होतो. चिडचिड होते. कधी-कधी मानसिक स्वास्थ्यही हरवून जातं. पण अशा वेळेस जर कोणाचं मार्गदर्शन मिळालं, तर आपल्याच विचारांकडे त्रयस्थपणे पाहता येतं. स्वतःचं आत्मपरीक्षण करता येतं. नेमकं हेच 'रिलेशन्स : नातं जोडताना', 'रिलेशन्स : नातं निभावताना' 'रिलेशन्स : नातं तुटताना आणि नव्याने जुळवताना', या पुस्तकांत डॉ. स्मिता प्रकाश जोशी यांनी सांगितलं आहे.

कौटुंबिक न्यायालयात समुपदेशक म्हणून काम करताना स्मिताने अनेक कौटुंबिक नात्यात होणारे वाद पाहिले आहेत; म्हणूनच त्यांतील बारकावे हेरून घराघरांत होणारे वैचारिक मतभेद तिने या ठिकाणी छोट्या-छोट्या लेखांतून मांडले आहेत. कुटुंबात एकत्र राहणाऱ्या प्रत्येक व्यक्तीची स्वतःची अशी काही मतं

असतात. स्वतःचे असे काही विचार असतात, हे विचार एकमेकांना पटतातच असं नाही.

प्रत्येक घरात छोट्या-छोट्या प्रसंगातून वाद होत असतात, पण त्याच घरातील एक जण कुणीतरी समंजसही असतो. मग ती व्यक्ती आई, वडील, मावशी, आत्या किंवा एखादी मैत्रीण असेल. ते समुपदेशकांची भूमिका निभावत असतात. मनातील चुकीच्या विचारांना, कृतींना ते वेगळं वळणं देण्याचं कामं करतात. हे प्रत्येक लेखात सांगण्याचा प्रयत्न केला आहे. कमी शब्दांत अचूक मार्गदर्शन करण्याची लेखिकेची कला यातून दिसून येते.

कोणतंही नातं जोडणं सोपं पण सांभाळणं कठीण असतं. सध्या कौटुंबिक न्यायालयात कौटुंबिक दावे वाढण्याचे प्रमाण अधिक आहे. अगदी किरकोळ गोष्टींवरून वाद वाढतात, ते न्यायालयापर्यंत येतात, पण एकदा का नात्यांमध्ये कायदा आला की ते नातं टिकणं अवघड होऊन जातं. नात्यातील कटुता वाढीस लागते आणि याचे परिणाम घरातील लहानग्यांनाही भोगावे लागतात, म्हणूनच नात्यातील वाद गैरसमज घरातच संपावेत आणि कौटुंबिक नाती, सामाजिक नाती जपावीत; यासाठीच हे लिखाण समाजासाठी मार्गदर्शक आहे.

नात्यांमधील 'आइस ब्रेकिंग' किती महत्त्वाचं आहे, नाती कशी जपावीत, नात्यातील स्पेस किती महत्त्वाची, नात्यालाही सर्व्हिसिंगची गरज असते, हे सांगतानाच एक क्षण भाळण्याचा आणि बाकी सगळं सांभाळण्याचा आहे, हे सत्य सांगण्यास स्मिता विसरत नाही. जोडीदाराशी स्पर्धा योग्य नाही, कल्पनेतील जोडीदार वास्तवामध्ये मिळत नाही, हे सर्व पती-पत्नीच्या नातेसंबंधातील लेखातून सांगितले आहे. सद्यपरिस्थितीत लग्न संकल्पना बदलत असून पती-पत्नीच्या वादाची कारणंही पूर्वीची राहिलेली नाहीत.

जोडीदाराचं 'क्रॉस-ड्रेसिंग', 'समलैंगिक आकर्षण', 'प्लेटॅनिक लव्ह', 'सोलमेट रिलेशनशिप' या आजकालच्या तरुण पिढीतील वादाचंही वर्णन लेखांमध्ये केलेलं आहे, पण त्याचबरोबर 'नवरा मिठीत हवा की मुठीत?' यावर विचार करायला लावणारे लेखही या पुस्तकांमध्ये आहेत.

पालक आणि मुलांच्या नातेसंबंधावरही यामध्ये लिखाण केलेलं आहे. सध्याच्या 'ओटीटी'च्या जमान्यात संगणक आणि मोबाईलपासून मुलांना दूर ठेवणं अवघड आहे, तरीही इंटरनेटबरोबर आजीच्या संस्कारांचं महत्त्व सांगणारे

लेखही यांमध्ये आहेत. स्पर्धेच्या युगात मुलांवरही ताण असतात, पण ताण कोणता असावा 'चॉकलेट की च्युइंगम?' याबाबत पालकांना मार्गदर्शन करणारे लेख आहेत. याचबरोबर पालक आपली स्वप्नं मुलांवर लादत तर नाहीत ना? मुलांना परावलंबी केलं जातंय का? याबाबत पालकांना आत्मपरीक्षण करायला लावणारे, पालकांना स्मार्ट व्हायला सांगणारे लेख यामध्ये आहेत.

वय झाल्यानंतर आयुष्याची 'सेकंड इनिंग' सुरू होत असते. निवृत्तीनंतर 'डिटॅच' होणं; खरंतर महत्त्वाचं असतं, परंतु 'अटॅचमेंट' कायम राहिली, तर कोणत्या अडचणी येतात? निवृत्ती विचारांनीही घ्यायला हवी, बदलत्या जीवनशैलीमध्ये सामावून जाण्यासाठी स्वतः बदलायला हवं. मुलांच्या संसारातून विरक्त व्हायला हवं याबाबतचे विचार अर्थपूर्ण वाटतात.

प्रत्येक व्यक्तीच्या आयुष्यात अजून एक महत्त्वाचं नातं असतं; ते म्हणजे आपल्या मनाशी असलेलं आपलं नातं. बऱ्याच वेळा 'माझ्याच बाबतीत असं का?' असं म्हणून व्यक्ती आपल्या नशिबाला दोष देते, काही वेळा भूतकाळातील कटू आठवणी मनातून जातचं नाहीत, कधी सुपरमॅन, सुपरवूमन बनण्याचा अट्टाहास केला जातो. त्यामुळे मनाचं मनाशी असलेलं नातं बिघडून जातं, नैराश्यही येऊ शकतं, अशा वेळी आपल्या मनाची समजूत कशी घालायची? याबाबतचे वर्णन करणारे लेख यामध्ये आहेत.

विवाहापूर्वी, विवाहानंतर आणि काही कारणाने घटस्फोट घेण्याची वेळ आली तरीही नाती कशी जपावीत, हे समुपदेशक या नात्याने लेखिकेने सोप्या शब्दांत वर्णन केलं आहे. यांतील लिखाण अत्यंत साध्या-सोप्या भाषेत असल्याने हे प्रत्येकाला आपलंसं वाटणार आहे. काही मार्मिक गोष्टींतून ते विचार मनापर्यंत पोहोचण्याचा प्रयत्न केला आहेच; तसेच काही चपखल शब्दांत कानउघाडणीही केलेली आहे. त्यामुळे प्रत्येक व्यक्तीला यांतून नक्कीच बोध आणि मार्गदर्शन मिळेल.

काही नाती न जोडता सुद्धा टिकतात तर काही जोडून सुद्धा तुटणारी असतात. नात्यात आपल्याला हवं ते सर्व मिळतंच असं नाही, पण नाती टिकवायची असतील, तर स्वतःचे सिंहावलोकन करणं, गरजेचं असतं. आपल्या अपेक्षा बरोबर आहेत का? हे आपणच तपासून पाहायला हवं आणि बदलत्या परिस्थितीनुसार स्वतःमध्येही बदल करायला हवेत. पारंपारिक चौकटीतून बाहेर येऊन नवी दृष्टी आत्मसात करायला हवी.

नाती कशी जपावीत? कशी जोपासावीत. त्यांना धक्का लागू न देण्यासाठी काय काळजी घ्यावी? या सगळ्यांबाबत जागरूकता आणणारी ही पुस्तके आहेत. नात्यांपेक्षा दुसरं काहीही मोठं नाही. ही नाती टिकवायची असतील, तर एकमेकांप्रती विश्वास, आदर, समजूतदारपणा प्रामाणिकपणा आणि एकनिष्ठता ही पंचसूत्री अत्यंत महत्त्वाची आहे. खरंतर हेच सांगण्याचा प्रयत्न या पुस्तकांत केलेला आहे. नाती अधिक सुदृढ करण्यासाठी ही पुस्तके समाज उपयोगी व प्रबोधनात्मक ठरेल. 'रिलेशनशिप'विषयीच्या या तिन्ही पुस्तकांसाठी माझ्या मनापासून शुभेच्छा!

– श्रीमती मुकुलिका जवळकर
न्यायमूर्ती, उच्च न्यायालय मुंबई,
नागपूर खंडपीठ

नातं समजून घेताना...

नातं कोणतंही असो; पती-पत्नी, पालक-मुलं, भावंडं, मित्र, सहकारी, शेजारी इत्यादी! या नात्यांमध्ये प्रेम, आपुलकी, जिव्हाळा असतो आणि त्याचबरोबर समाज-गैरसमज, संवाद-विसंवाद येतातच. भाव-भावनांचे खेळ नात्यांत सुरू असतातच. नात्यांमधून अपेक्षा पूर्ण झाल्या नाहीत, तर मतभेद होतात आणि ते वाढत गेले तर वाद निर्माण होतात. आपलं नक्की कुठे चुकतंय; हे त्या व्यक्तीला समजतच नाही, परंतु हे वेळीच कुणी दाखवून दिलं आणि मार्गदर्शन केलं तर पुढचे वाद टळू शकतात. दुसऱ्याच्या वर्तनात आपण बदल घडवून आणू शकत नसलो, तरी आपण स्वतःच्या वर्तनात तरी नक्की बदल करू शकतो. हेच सर्व डॉ. स्मिता जोशी यांनी 'रिलेशन्स : नातं जोडताना' या पुस्तकात सांगितले आहे.

गैरसमजुतीमुळे आणि अहंकारामुळे नात्यात दुरावा निर्माण होतो, हे कौटुंबिक न्यायालयातील प्रकरणांमधून नेहमीच लक्षात येते. छोट्या-छोट्या कारणांमुळे नाती तोडण्यापर्यंत वेळ येते; अशा वेळेस या व्यक्तींनी एकमेकांना का समजून घेतलं नाही? हा प्रश्न नेहमीच मनात येतो.

प्रत्येक व्यक्तीचे विचार वेगळे असतात; पण त्या वैचारिक मतभेदांचे रूपांतर वादात होऊन नात्यांचे विभाजन होऊ नये, म्हणून कोणीतरी समुपदेशनाचे काम करणं गरजेचं असतं. कधीतरी ती व्यक्ती आपल्या जवळची असते, कधी सहकारी, कधी शिक्षक असते, तर कधी शेजारीही असू शकते. फक्त योग्य वेळी

योग्य मार्गदर्शन मिळणं गरजेचं असतं. हे डॉ. स्मिता जोशी यांनी लिहिलेल्या या पुस्तकातून नक्कीच जाणवतं, म्हणूनच वाद टाळण्याचे 'प्राथमिक उपचार' म्हणून हे पुस्तक नक्कीच उपयोगी होईल.

कौटुंबिक नात्यामध्ये पती-पत्नीचं नातं कसं असावं? पालक-मुलांचं नातं कसं असावं? हे यामध्ये सांगितलं आहेच! त्याचबरोबर विवाहापूर्वी आणि विवाहानंतरच्या नात्यात येणाऱ्या अडचणी आणि त्यावर मात करण्यासाठीचे उपाय सहज-सोप्या भाषेत विविध उदाहरणांमधून मांडले आहेत, त्यामुळे नातं समृद्ध करण्यासाठी मार्गदर्शक ठरणारं हे पुस्तक आहे.

या पुस्तकात वर्णन केलेले प्रसंग वाचताना हे आपल्या बाबतीत किंवा आपल्या आजूबाजूला घडतं आहे हे सतत जाणवतं, त्यामुळे स्वतःलाच विचार करायला लावणारं हे पुस्तक आहे. समुपदेशनाचं महत्त्व या विविध लेखांमधून पटवले आहे, त्यामुळे हे पुस्तक प्रबोधन करणारं आहे.

हे पुस्तक वाचून काही नाती टिकली आणि काही समृद्ध झाली तर या पुस्तकाचा उद्देश सफल होईल, असे वाटते. डॉ. स्मिता जोशी यांना पुस्तकाबद्दल शुभेच्छा!

– हितेश गणात्रा,
प्रमुख न्यायाधीश,
कौटुंबिक न्यायालय, नागपूर

मनोगत

मी माझ्या मैत्रिणीच्या घरी गेले होते. आम्ही दोघी शाळेतल्या मैत्रिणी. दहावीनंतर आमच्या दोघींच्या शिक्षणाचा मार्ग बदलला. अनेक वर्षांनी आम्ही एकत्र भेटलो. तिला माझ्या समुपदेशन क्षेत्राबद्दल प्रचंड उत्सुकता होती, तुम्ही नेमकं काय करता? हे तिला जाणून घ्यायचं होतं. आम्ही गप्पा मारत असतानाच तिचा मुलगा बाहेरून आला. त्याचा चेहरा पडलेला होता, तो निराश झालेला दिसत होता.

तेव्हा माझ्या मैत्रिणीने त्याला पाणी दिलं, त्याच्याजवळ जाऊन बसली आणि म्हणाली, “तुला ही नोकरीही मिळाली नाही, म्हणून नाराज होऊ नकोस, कदाचित दुसरी काहीतरी संधी तुझी वाट बघत असेल.”

नोकरीची मुलाखत चांगली झाली नाही म्हणून नाराज झालेल्या मुलाला ती समजावून सांगत होती. थोड्या वेळाने मुलालाही छान वाटले आणि तो त्याच्या दुसऱ्या कामासाठी निघून गेला.

मी माझ्या मैत्रिणीला म्हटलं, “तू आत्ता जे केलंस ना, तेच आहे, ‘समुपदेशन!” मनाविरुद्ध एखादी गोष्ट घडली तर व्यक्ती नाराज होते, विचार करण्याची क्षमता तिच्यात राहात नाही, यावेळेस त्यांची समस्या समजावून घेऊन तटस्थ राहून, त्या व्यक्तीला त्या समस्येतून बाहेर काढण्यासाठी जे मार्गदर्शन केलं जातं, त्यालाच ‘समुपदेशन’ म्हणतात. केवळ सल्ला किंवा उपदेश न देता व्यक्तीची मनोवस्था समजावून घेऊन त्याला योग्य मार्गावर आणण्यासाठी जे मार्गदर्शन केलं जातं, तेच समुपदेशन होय! आणि असे समुपदेशक घराघरांत तयार होणं महत्त्वाचं आहे.”

नाती रेशमाच्या धाग्यांसारखी नाजूक असतात. हळूवारपणे त्याची गुंफण घातली तर नात्यांचा मखमली शेला तयार होतो. आणि ते धागे ताणले गेले तर त्याचं अस्तित्वच विखरून जातं. म्हणूनच नातं जोडताना, नातं निभावताना आणि त्याचं ओझं झालंच तर अलगद उतरून ठेवतानाही योग्य मार्गदर्शन मिळणं महत्त्वाचं असतं.

हाच धागा पकडून 'लोकसत्ता' दैनिकात स्तंभ लेखन करण्याचं ठरलं. दर आठवड्याला नातेसंबंधावर समुपदेशनपर लिखाण करायचे, अगदी कमी शब्दांत नात्यातील वेगळ्या वळणावरचं लिखाण करायचं ठरलं आणि लिहीत गेले. ते लिखाण वाचकांना, नवीन पिढीलाही आवडू लागलं. 'आम्हांला याचा खूप उपयोग होत आहे,' अशा आशयाचे अनेक ईमेल आले. 'पुस्तकरूपात हे वाचायला आवडेल,' असेही अनेकांनी सुचवलं.

हे सर्व लिखाण आणि नव्याने काही लिखाण करून 'नातं जोडताना' 'नातं निभावताना' आणि 'नातं तुटताना व नव्याने जुळवताना' ही 'रिलेशन्स'वरील तीन पुस्तकं प्रकाशित करण्याचं 'सकाळ प्रकाशना'ने ठरवलं.

'नातं जोडताना' हे 'रिलेशन्स'वरील पहिलं पुस्तक. काही नाती रक्ताची असतात तर काही हृदयाची, काही जन्मोजन्मीची तर काही क्षणापुरती असतात. काही नाती न जोडता सुद्धा टिकणारी असतात, तर काही जोडून सुद्धा तुटणारी असतात.

नाती जोडतानाच आपण ती का जोडतोय; याचा विचार व्हायला हवा. लग्नाचं नातं जोडतानासुद्धा आपण लग्नं का करतोय? त्यानंतरच्या जबाबदाऱ्या काय आहेत? याचं भान असावं लागतं.

सध्याची 'जनरेशन झी' (जेन-झी)ची पिढी म्हणजे १९९७ ते २०१२ दरम्यान जन्मलेले! त्यांना 'आय-जनरेशन', 'झूमर्स', 'पोस्ट-मिलेनिअल्स' किंवा 'होमलँडर्स' असेही म्हणतात. यांना नातं जोडण्याची आणि टिकलं नाही तर ते तोडण्याचीही घाई असते. त्याला रुजायला, फुलायला पुरेसा वेळही दिला जात नाही.

या पिढीमध्ये 'मी' हा केंद्रबिंदू आहे, 'मला पाहिजे ते मी कसंही मिळवेन आणि मला नको असेल तर कुणाचीही पर्वा न करता ते मी सोडून देईन,' ही प्रवृत्ती वाढत चालली आहे, परंतु या पिढीलाही समजावून घेणे आणि समजावून सांगावे

लागणार आहे. त्यासाठी प्रवाहानुसार पुढे जावं लागणार आहे, हे लक्षात घेऊनच काही लेख लिहिले आहेत.

पालकत्व निभावताना तर तारेवरची कसरतच करावी लागते, कारण आताची मुलं संगणकीय युगातील स्मार्ट पिढी आहे, इंटरनेटचे संस्कार घेऊन ही वाढतात, म्हणूनच पालकांनीही स्मार्ट होणं गरजेचं आहे. पालकांच्या निःशब्द कृती मुलांवर परिणाम करून जातात, याचं भान ठेवणंही गरजेचं आहे. पालकत्व निभावताना नेमकं चुकतंय कुठं हे समजून घेणंही गरजेचं आहे, अशा आशयाचे लेखही यामध्ये घेतले आहेत.

नात्यांबद्दलच्या या पुस्तकावर संवेदनशील व्यक्तींची प्रस्तावना असावी, असं मनापासून वाटत होतं आणि म्हणूनच कौटुंबिक न्यायालयाच्या प्रमुख न्यायमूर्ती आणि उच्च न्यायालय, मुंबई, नागपूर खंडपीठाच्या न्यायाधीश, मा. श्रीमती मुकुलिका जवळकर यांना प्रस्तावना देण्याची विनंती केली. त्यांनी समर्पक, मनाला भावणारी प्रस्तावना दिली. त्यामुळे या पुस्तकाचं मोल वाढलं.

पुस्तकाचं लिखाण चालू असताना मी कौटुंबिक न्यायालय, नागपूर येथे होते आणि तेथील प्रमुख न्यायाधीश, मा. हितेश गणात्रा यांचीही नातं जोडण्याबाबतची तळमळ न्यायालयातील कामकाजातून मी नेहमीच बघत होते, म्हणूनच या पुस्तकाबाबत त्यांच्या प्रतिक्रिया मागवल्या त्यांनीही थोडक्या आणि नेमक्या शब्दांत प्रतिक्रिया दिली, त्यामुळे माझा उत्साह वाढला.

पुस्तक प्रकाशनासाठी उच्च न्यायालयाची परवानगी मिळाल्यामुळे मला ही प्रक्रिया पुढे नेणे शक्य झाले. यासाठी मी उच्च न्यायालयाची आभारी आहे. पुणे कौटुंबिक न्यायालयाच्या प्रमुख न्यायाधीश, मा. मनीषा काळे यांचे प्रोत्साहन मिळाल्यामुळे मी ही प्रक्रिया पूर्ण करू शकले, त्यांचीही मी ऋणी राहीन.

माझ्या लिखाणाचे पहिले वाचक नेहमीच माझे पती प्रकाश असतात. त्यामुळे तोलून-मापून आवश्यक सुधारणेसह माझं लिखाण प्रकाशित होत आहे. माझी मुलं आदिती आणि धनंजय यांच्याशी नवीन पिढीच्या विचारांबाबत नेहमीच चर्चा करत असल्यामुळे लिखाणासाठी नवीन विषय मिळतात . 'रिलेशन्स'च्या नवनवीन ट्रेंड्सची माहिती मला त्यांच्याकडून मिळत गेली. त्यामुळे 'झी जनरेशन'ची मतं जाणून घेणं मला शक्य झालं, याबाबतीत माझी मुलं माझे गुरू झाले होते. माझ्या

सासूबाई कै. मालती जोशी यांचे आशीर्वाद सदैव पाठीशी होते. माझे आई-वडील सुलभा आणि मनोहर देशपांडे मला सतत प्रोत्साहित करत राहिले.

या पुस्तकाच्या निर्मितीसाठी सकाळ प्रकाशनचे आशुतोष रामगीर, दीपाली चौधरी आणि अंजली इंगवले यांची बहुमोल मदत झाल्याने त्यांचे मी आभार मानते. पुस्तकाचे उत्कृष्ट मुखपृष्ठ रेखाटणारे संतोष घोंगडे आणि आकर्षक मांडणी करणाऱ्या मधुमिता शिंदे यांचेही आभार मानते. 'लोकसत्ता'च्या 'चतुरंग' पुरवणीच्या संपादक आरती कदम यांच्या प्रोत्साहनामुळे लेखमालेत सातत्य राखले गेले; त्यांचे मनापासून आभार. आणि ते लेख मी या पुस्तकात घेऊ शकले. माझा वाचक वर्ग, ज्यांनी माझ्या लिखाणास पसंती आणि मला प्रेरणा दिली. या पुस्तक निर्मितीसाठी ज्यांनी मला प्रत्यक्ष-अप्रत्यक्ष मदत केली, त्या सर्वांचीच मी ऋणी आहे.

नातं जोडण्यासाठी आणि समजून घेण्यासाठी हे पुस्तक समाजातील प्रत्येकाला उपयोगी पडेल आणि समुपदेशन करणाऱ्यांना याचा नक्की फायदा होईल, याची मला खात्री आहे.

- डॉ. स्मिता प्रकाश जोशी

smitajoshi606@gmail.com

अनुक्रमणिका

वैवाहिक नाती

- का करावं लग्न? १८
- मैत्रीच्या थोडंसं पुढचं... २२
- 'ट्रॅंडवाईफ' व्हायचंय? २५
- 'तो माझा 'रिबाउंड' आहे!' २८
- लग्न लागतं ते कुटुंबाशी! ३१
- घाई : जोडण्याची आणि तोडण्याचीही! ३५
- सासू होण्याचं दडपण ३८
- विहिणी की मैत्रिणी? ४२
- लग्नाचा 'प्रोबेशन पीरियड' ४५
- सासर-माहेर सांगड गरजेची ४९
- जोडीदार : कल्पनेतील आणि वास्तवातील! ५४
- निर्णयाची घाई कशाला? ५९
- त्याचे पैसे तिचे... मग तिचे पैसे? ६२
- नवरा मुठीत की मिठीत? ६५
- 'लाँग डिस्टन्स' लग्नं टिकतात? ६८
- जोडीदाराला मनातलं समजतं? ७१
- नात्यातही टीटीएमएम? ७५
- नवरा-बायकोच्या भिन्न आवडी-निवडी? ७८
- सर्व काही नात्यांसाठी... ८२

नातं : मुलांशी

- आई, बाबांचं तुझ्यावर प्रेम नाही का? ९१
- मुलांशी वाद होताहेत? ९४
- ताण असावा : 'चॉकलेट की च्युइंगम?' ९७
- संस्कार 'नेट'चे की आजीचे? १००
- मुलांनाही नकार देता यावा! १०५
- आई घरातही 'बॉस'! १०९
- 'डायन', 'हिटलर'... वगैरे! ११४
- मुलीचं बालपण संपवताय? ११८
- स्मार्ट पालकत्व करा! १२२
- मुलांच्या जगातून पालक हरवतात? १२५
- मुलांना परावलंबी करताय? १२८
- 'स्मार्ट आजी' व्हायलाच हवं... १३२
- पालकांच्या नि:शब्द कृतीचा फटका १३५
- 'पालकत्व' आव्हानात्मक गोष्ट? १३८
- आईकडून बहिणींमध्ये दुजाभाव? १४१
- मुलांच्या वागण्याचा अर्थ काय? १४४
- मुलांचे 'रॅकेट फिलिंग' ओळखा १४७

वैवाहिक नाती

का करावं लग्न?

लग्न म्हणजे नात्यांची नवी गुंफण आहे. आयुष्यातील 'टर्निंग पॉइंट' आहे. जुनं सांभाळताना नव्याचा स्वीकार करणं आहे. लग्न हा जुगार आहे असं समजून जर या नात्यांचा स्वीकार केला, तर केवळ जिंकणं हे एकच ध्येयं राहतं, पण नाती जपताना कधी तरी हरण्यातही मजा असते.

कॉलेजमधले मित्रमैत्रिणी पुढच्या आयुष्यात एकमेकांना भेटतातच, असं नाही; पण आमचा ग्रुप जरा वेगळा होता. आम्ही सगळे जण एकमेकांना घरी जाऊनही भेटायचो; म्हणूनच इतकी वर्षं होऊनही आमचा ग्रुप टिकून राहिला.

सगळ्यांची लग्नं झाली; सगळ्यांना मुलं झाली आणि आमच्या ग्रुपमधल्या सदस्यांची संख्या वाढत गेली. प्रत्येकाचे कामाचे व्याप वाढले. नियमितपणे सगळेजण आता एकत्र येऊ शकत नसलो, तरी वर्षातून एकदा तरी काही ना काही निमित्ताने भेटतोच. या वर्षी अनघाच्या घरी एकत्र जमायचं, असं आम्ही ठरवलं होतं. दिवाळीचं निमित्त होतं. सगळ्यांनी एकमेकांना शुभेच्छा दिल्या. गोड आणि चटपटीत पदार्थांची चव चाखल्यानंतर शेवटी अनघाने आमचा आवडता कडक चहा बनवला. मग 'चाय पे चर्चा' रंगत गेली. अनघाच्या मुलीला म्हणजे केतकीला मी विचारलं, "केतकी, आता तू कॉम्प्युटर इंजीनिअर झालीयेस. मनासारखी

नोकरीसुद्धा तुला मिळालीये. मग लग्न केव्हा करतेयस? कुणी पाहून ठेवला आहेस का? नाहीतर आम्हांला कामाला लागायला बरं."

"छे, ग. मी कुणी पाहून वगैरे ठेवलेला नाहीये आणि तुम्हांलाही पाहण्याची गरज नाही; कारण मी लग्नच करणार नाहीये."

"अग, पण एकदम असा निर्णय का? ब्रेकअप वगैरे झालंय का?"

"नाही, ग. मी कधी त्या फंदात पडलेच नाही; पण इतर मैत्रिणींना नात्यांमुळे मोडून पडताना मी पाहिलंय. मला सांग, लग्न झालं म्हणजेच आपण जीवनात यशस्वी झालो किंवा आपल्या जीवनाचं सार्थक झालं, असं आहे का? उगाच तडजोड करत आपलं आयुष्य काढायचं. काय रे काका, तुला काय वाटतं?"

आता सर्व जण या विषयात सहभागी झाले आणि आपापली मतं मांडू लागले.

"केतकी, लग्न झालं म्हणजे आयुष्यात आपण यशस्वी झालो, असं अजिबात नाही," संतोष आपलं मत मांडत होता.

"अरे, पण लग्न झाल्यानंतरच आयुष्याला खरा अर्थ प्राप्त होतो," इति मैथिली.

"कसलं काय? जोडीदार चांगला मिळाला, तर ठीक आहे. नाहीतर आहे ते करिअरही संपून जातं. आमच्या शेजारची चित्रा. कायम टॉपर; करिअरवाली. पण, लग्न झालं आणि मुलं झाल्यानंतर तिच्या नवऱ्याने तिला घरीच बसायला सांगितलं. आता केवळ चूल आणि मुलं सांभाळतेय. तिनेही या न पटलेल्या गोष्टीला मान डोलावली." सुनीता आपलं मत मांडत होती.

आता किशोरनेही तिचीच री ओढली, "फक्त मुलींच्या बाबतीतच असं होतं, असं नाही. माझा भाचा म्हणजे एकेकाळी 'पुरुषोत्तम' गाजवलेला, अनेक नाटकांत काम केलेला गुणी कलाकार; पण नोकरी आणि छोकरी मिळाल्यानंतर त्या छोकरीने त्याला त्याची कला जपू दिली नाही. 'यापुढे नाटकात काम करायचं नाही; ते फसवं जग असतं,' असं सतत सांगत तिने त्याला कलेपासून परावृत्त केलं."

"अग, पण जोडीदाराची साथ मिळाली, तर आयुष्यात अनेक चांगल्या गोष्टीही करता येतात. अशी अनेक उदाहरणं आहेत, की उद्योग, समाजकार्य, संशोधन अशा क्षेत्रांत दोघंही उत्तम करिअर करताहेत." शिल्पीने आपला अनुभव सांगितला.

"शेवटी काय? लग्न म्हणजे गाजराची पुंगी. लग्न म्हणजे एक प्रकारचा जुगार. जोडीदार चांगला मिळाला, तर आयुष्याचं दान चांगलं पडणार; नाही तर आयुष्यात

काही मिळवण्याच्या आशा संपल्याच म्हणून समजा. तडजोड करत आयुष्य रेटायचं, एवढंच फक्त शिल्लक राहतं," राहुलनेही चर्चेत आपला सूर मिसळला. आता चर्चा चांगलीच रंगली होती. तरुण पिढी आपले 'लग्न' या विषयाबद्दलचे पुढारलेले विचार मांडत होती, तर लग्न झाल्यामुळे आपल्याला आयुष्यात कधी मनासारखं वागताच आलं नाही, अशी मतं मध्यमवयीन पिढी मांडत होती. एकंदरीत चर्चेचा सूर हा लग्न म्हणजे योगायोग, स्वातंत्र्य संपणं, नात्यांची बांधीलकी स्वीकारणं, स्वतःचं मन मारून जगणं, निव्वळ तडजोड, इत्यादी इत्यादी असा होता.

मी शांतपणे सगळी चर्चा ऐकत होते. शेवटी सगळ्यांनी माझ्याकडे मोर्चा वळवला, "अरे, हिला तर रोजच असे किस्से ऐकायला मिळत असतील. लग्न म्हणजे नक्की काय असतं? तुझं काय मत आहे?"

एखाद्या वादविवाद स्पर्धेनंतर परीक्षकांना आपलं मतं नोंदवावं लागतं, तसं 'फीलिंग' मला आलं; पण आता मलाही या विषयावर बोलावंसं वाटत होतं. मी म्हटलं, "लग्न हा विषय वादविवाद घालण्याचा नव्हे, तर अनुभवण्याचा, समजून घेण्याचा आहे. लग्न म्हणजे नात्यांची नवी गुंफण आहे. आयुष्यातील एक 'टर्निंग पॉइंट' आहे. जुनं सांभाळताना नव्याचा स्वीकार करणं आहे.

'लग्न हा जुगार आहे,' असं समजून जर या नात्याचा स्वीकार केला, तर केवळ जिंकणं हे एकच ध्येय उरतं; पण नाती जपताना कधीतरी हरण्यातही मजा असते, हे अनुभवताच येत नाही."

> लग्न म्हणजे नात्यांची नवी गुंफण आहे. आयुष्यातील टर्निंग पॉइंट आहे. जुनं सांभाळताना नव्याचा स्वीकार करणं आहे. लग्न म्हणजे ऐकण्याची कला शिकणं. निष्कारण वाद आणि टोकाची टीका टाळणं. लग्न म्हणजे आपल्याच माणसांवर 'शिक्के' न मारणं. समोरचा अधिक महत्त्वाचा हे स्वतः जाणणं आणि त्यालाही ते जाणवू देणं. लग्न म्हणजे कौतुकाची संधी न सोडणं, तक्रार मात्र जपून करणं. लग्नानंतरची नाती सांभाळणं म्हणजे प्रतिक्रिया नव्हे, तर प्रतिसाद देणं.

"लग्न यशस्वी होणं म्हणजे काय? याचं उत्तर आहे, लग्न झाल्यानंतर आपल्या जोडीदाराला तो आहे तसा स्वीकारणं. आपल्या अपेक्षा, आपली मतं त्याच्यावर न लादणं. लग्न म्हणजे ऐकण्याची कला शिकणं. फुकटचा वाद आणि टोकाची टीका टाळणं. लग्न म्हणजे आपल्याच माणसांवर 'शिक्के' न मारणं. 'समोरचा अधिक महत्त्वाचा,' हे स्वतः जाणणं आणि त्यालाही ते जाणवू देणं. लग्न म्हणजे कौतुकाची संधी न सोडणं; तक्रार मात्र जपून करणं. लग्नानंतरची नाती सांभाळणं म्हणजे प्रतिक्रिया नव्हे, तर प्रतिसाद देणं आहे. यशस्वी सहजीवन म्हणजे जोडीदाराला माफ करता करता स्वतःचं मन साफ करणं. हे ज्याला समजेल, त्याला लग्न हे ओझं वाटणारच नाही."

"केतकी, या नात्याची मजा वेगळीच असते. मतभेद, विसंवाद होतात; पण त्यातूनही हे नातं तावूनसुलाखून निघतं आणि मग एकमेकांशी एक घट्ट असा अनुबंध तयार होतो. तू 'लग्न' या विषयाला घाबरून त्यापासून दूर जाण्याचा विचार करू नकोस; तर त्या नात्यातून मिळणारी सुखद संवेदना अनुभवण्याचा विचार कर." मी असं म्हटल्यावर सगळे निःशब्दच झाले, काही काळ...

शेवटी अनघा म्हणालीच, "सोनारानेच कान टोचावे लागतात!"

मैत्रीच्या थोडंसं पुढचं...

'नात्यास नाव आपुल्या, देऊ नकोस काही...' हे प्रॅक्टिकली शक्य नसतं! अशा वेळी 'डीफाइन द रिलेशनशिप' म्हणजेच 'डीटीआर' करावं. तुमच्या नात्याचा बंध आणि नात्याची परिभाषा एकदा समजली की, त्या नात्यात अडकायचं की थांबायचं, ठरवता येतं.

"अनिकेत, मला कोणतीही कारणं सांगू नकोस. तू जिथं असशील, तिथून लगेच निघून ये. मी आपल्या नेहमीच्या कॅफेमध्ये अर्ध्या तासात पोहोचतेय."

"सायली, मी एका महत्त्वाच्या कामासाठी फॅमिलीबरोबर बाहेर आलोय. मला लगेच येता येणार नाही."

"असं कोणतं महत्त्वाचं काम सुरू आहे?"

"सायली, तुला माहीतच आहे, की माझ्या लग्नासाठी घरच्यांचे प्रयत्न सुरू आहेत! आईने एक मुलगी पसंत केलीये. तिच्या घरी भेटायचं ठरलं आहे. मला हे टाळता येणार नाही. आई-बाबा तेवढ्यासाठी गावाहून आलेत. आता आम्ही तिकडेच निघालोय. मी तुला नंतर फोन करतो... बाय."

"अरे; पण माझं ऐकून तरी घे ना..."

अनिकेतने फोन कट केला. सायलीनेही रागाने फोन बाजूला भिरकावून दिला. तिची चिडचिड आणि त्रागा शेजारी बसलेली मयुरी बघत होती. गेले चार दिवस

ती अशीच अस्वस्थ होती. आज तर सकाळपासून तिने काहीही खाल्लेलं नव्हतं. तिच्या वागण्यातले बदल तिची रूम पार्टनर मयुरी बघत होती. गेली तीन वर्षं एकत्र राहात असल्याने मयुरीला सायलीच्या स्वभावाची चांगलीच माहिती झाली होती. गेले आठ दिवस अनिकेत तिला भेटलेला नव्हता आणि त्यामुळे ती बेचैन झाली होती, हे मयुरीला कळत होतं.

"सायली, अनिकेत आजही भेटायला नाही म्हणाला?"

"मयुरी, बघ ना. तो अशीच वेगवेगळी कारणं सांगून मला भेटायचं टाळतोय."

"पण, तुला तरी कशाला भेटायचं आहे त्याला? त्याच्या वेळेनुसार तो भेटेल की. जवळचा मित्र असला, तरी त्यालाही त्याचं पर्सनल लाइफ आहे ना? सगळं सोडून तो तुला भेटायला का येईल?"

"मला त्याची सवय झालीये. दोन दिवस जरी तो भेटला नाही, तरी मी अस्वस्थ होते. वेगवेगळ्या विषयांवर आम्ही गप्पा मारतो आणि त्याच्याशी बोलल्यानंतर मी फ्रेश होते. आम्ही एकमेकांबरोबर खूष असतो."

"सायली, तुला मी मागच्याच आठवड्यात विचारलं होतं, की तुला अनिकेत आवडतो का? तुझं त्याच्यावर प्रेम आहे का? तुला त्याच्याशी लग्न करायचं आहे का? तेव्हा तर तू अंगावर झुरळ पडल्यासारखं चटकन म्हणालीस, 'छे, तू काहीतरीच काय बोलतेयस?' एवढंच नाही, तर जेव्हा अनिकेतने तुला प्रपोज केलं होतं, तेव्हाही त्याला असंच उडवून लावलं होतंस तू. मग आता हे तुझं काय चाललंय?"

"मयुरी, अग, तो माझा चांगला मित्र आहे फक्त. त्याची भेट झाली नाही, की मला चैन पडत नाही."

"अनिल, तुषार, कौस्तुभ हेपण तुझे चांगले मित्र आहेत; पण ते भेटले नाहीत, तर तू अशी बेचैन होत नाहीस! मग अनिकेतच्याच बाबतीत असं का?"

"अनिकेत माझा 'क्लोज फ्रेंड' आहे ग! आमचं नातं मैत्रीच्या जरा पुढचं आहे."

"सायली, तुझी सुखदुःखं तू माझ्याशी शेअर करतेस. आपण रूम पार्टनर आहोत; एकाच घरात राहतो आणि मीपण तुझी क्लोज फ्रेंड आहे ना?"

"ऑफकोर्स, तू ही माझी क्लोज फ्रेंड आहेस."

"मग जेव्हा सुट्टीच्या वेळेस मी गावी जाते, तेव्हा तू बेचैन होत नाहीस. वारंवार मला फोन करत नाहीस. पण, अनिकेत भेटला नाही, की तू अस्वस्थ का होतेस?"

दोघांना एकमेकांच्या सहवासात छान वाटतं एवढंच? पण... तुमच्यातील नातं नक्की कोणतं आहे? 'क्लोज फ्रेंडशिप,' 'सिच्युएशनशिप?' 'फ्रेंड्स विथ बेनिफिट्स?' की अजून काही? कारण तुम्हाला नक्की कोणती 'रिलेशनशिप कन्टिन्यू' करायची आहे? तुमच्या नात्याचा बंध आणि नात्याची परिभाषा एकदा समजून घ्या, म्हणजे त्या नात्यात अडकायचं की थांबायचं, हे ठरवता येईल.

"मयुरी, म्हणजे तुला म्हणायचंय काय?"

"आता तुझ्यावर 'डीटीआर' (डिफाइन द रिलेशनशिप) करायची वेळ आली आहे. *डिफाइन द रिलेशनशिप बिटविन यू अँड अनिकेत,* सायली! तुझं त्याच्यावर प्रेम नाही; तुला त्याच्याशी लग्न करायचं नाही; पण तरीही तो भेटल्याशिवाय तुला चैन पडत नाही. आज तर त्याने 'लग्नासाठी मुलगी बघायला जातोय,' हे सांगितल्यावर तुझी अगदी चिडचिड झाली. उद्या त्याचं दुसऱ्या कुणाशी लग्न झाल्यानंतर तो तुला वेळ देऊ शकणार आहे का? मग तुमच्यातल्या 'क्लोज फ्रेंडशिप'चं काय होणार? की ही फक्त 'सिच्युएशनशिप' आहे? की अजून काही? 'फ्रेंड्स विथ बेनिफिट्स'? आणि, याचं कारण फक्त तुम्हां दोघांना एकमेकांच्या सहवासात छान वाटतं, एवढंच? तुला त्याच्याबरोबर कोणती रिलेशनशिप पुढे चालू ठेवायची आहे? तुमच्या नात्याचं स्वरूप आणि नात्याची परिभाषा एकदा समजून घे. म्हणजे त्या नात्यात अडकायचं की थांबायचं, हे तुझं तुला ठरवता येईल."

सायली शांतपणे ऐकत होती. 'नात्यास नाव अपुल्या, देऊ नकोस काही,' हे प्रॅक्टिकली शक्य नसतं; त्यामुळे 'डीटीआर' करणं महत्त्वाचं आहे,' हे मयुरीचं म्हणणं तिला पटलं. आपण या नात्यात का अडकतोय, हे आपल्या पुढच्या आयुष्यासाठी तरी ठरवायलाच हवं, असा निर्णय तिने घेतला.

'ट्रॅडवाईफ' व्हायचंय?

'ट्रॅडवाईफ' अर्थात 'ट्रॅडिशनल वाईफ' म्हणजे पूर्ण वेळ गृहिणीपदाची जबाबदारी घेणारी स्त्री. पूर्वीच्या स्त्रियाचं हे नियमित आयुष्य आज पुन्हा एकदा नव्याने स्वीकारलं जात आहे. आजच्या मुलींची तशी मानसिकता आहे का?

आरुषीचं आईकडे अजिबात लक्ष नव्हतं. कुंदाताईंना तिचा रागच आला. 'स्वतःच्या जॉबसाठी हिने प्रयत्न करायला हवेत; पण ती काहीच करत नाही. मी काही सुचवतेय, तर या मुलीला काही गांभीर्यच नाही,' त्या विचार करत होत्या.

"आरुषी, आजच्या वर्तमानपत्रातली जाहिरात बघून घे. सरकारी नोकऱ्यांची सुवर्णसंधी आहे. तुझ्या फील्डमधल्या भरपूर पोस्ट्स आहेत. आणि, हे बघ, आयटी कंपन्यांमध्येपण व्हेकन्सी आहे. ऑनलाइन अर्ज मागवले आहेत. आजच अर्ज मेल कर."

शेवटी त्या रागावून म्हणाल्या, "आरुषी, हातातील काम सोडून इकडे ये आधी. मी काही महत्त्वाचं तुला दाखवतेय, हे कळत नाही का तुला?"

"आई, थोडं थांब. मी एक नवीन रेसिपी ट्राय करते आहे. ते मायक्रोवेव्हमध्ये ठेवून मी येतेच."

काम झाल्यावर किचन एप्रन काढून आरुषी आईसमोर आली. "अग, आज मी 'स्पिनॅच चीज रोल्स' केले आहेत. सगळ्यांना आवडतील. मस्त सुवास येतोय ना? हं. आता बोल. तू काय म्हणत होतीस?"

"आरुषी, नवीन रेसिपी वगैरे सगळं राहू देत. या नोकरीसंदर्भातील जाहिराती वाच आणि लगेच माझ्यासमोर तुझा अर्ज पाठव."

"आई, मी तुला किती वेळा सांगितलंय, की मला नोकरी करायची नाहीये."

"अग, नोकरी करायची नाहीये, तर मग काय 'रांधा, वाढा, उष्टी काढा,' करत बसणार आहेस का तू आयुष्यभर? तू पोस्टग्रॅज्युएशन केलं आहेस. कॉलेजमध्ये मेरिटवर आली आहेस. कॉम्प्युटरमधली सगळी ॲप्लिकेशन्स तू शिकून घेतली आहेत. एवढं सगळं असताना नोकरी का करायची नाहीये तुला? आणि, तू नोकरी केली नाहीस, तर तुझं लग्न कसं होणार?"

"आई. मी 'ट्रॅड वाइफ' (ट्रॅडिशनल वाइफ) होणार आहे. म्हणजे पूर्णवेळ गृहिणीपदाची जबाबदारी घेणार आहे. मला घरात रमायला आवडतं. स्वयंपाकघरामध्ये वेगवेगळे पदार्थ करायला आवडतात. घराची सजावट करायला आवडते. घरच्या बगीच्यात वेगवेगळी झाडं लावून त्यांचं संगोपन करायला आवडतं."

"आरुषी, अग, हल्ली केवळ गृहकृत्यदक्ष मुलगी कुणालाही नकोय. सगळ्या मुलांना नोकरी करणारी, पैसे कमावणारी मुलगी हवीये. आणि, हातात पैसा असेल, तरच आपली सत्ता राहते. नाहीतर घरात काही किंमत राहात नाही. घरच्या कामाला काही मोल नसतं."

"आई, तुझं म्हणणं बरोबर आहे. घरच्या कामाला काही मोल नसतंच. कारण त्याची किंमत पैशांत करताच येणार नाही. घरच्यांसाठी असलेलं प्रेम, आपुलकी पैशांत कशी मोजता येईल? तू नोकरी करत होतीस. घर आणि नोकरी सांभाळतानाची तुझी धडपड मी बघितलीये. नोकरी करण्यासाठी तुला किती संघर्ष करावा लागत होता, तेही मी बघितलंय. मला तो करावा लागणार नाही, हे मला माहीत आहे; पण केवळ घरं सांभाळणं, ही माझी आवड असू शकते. एवढं शिक्षण झालं म्हणून नोकरीच करायला हवी, हा हट्ट का?"

"आरुषी, गृहिणीला नेहमी गृहीत धरलं जातं. तिला घरात मान, आदर मिळत नाही, याचाही विचार कर. आणि, घरात काही अडचण आली, तर दोघांची कमाई गरजेची असते."

“आई, मी सुशिक्षित आहे. वेळ आलीच, तर घराबाहेर पडून पैसे कमावू शकते. माझ्याकडे कला आहे. मी घरबसल्या काही व्यवसाय करू शकते अन् पैसे कमवू शकते. ‘ट्रॅड वाइफ’ होणं, ही माझी आवड आहे. मग फक्त लग्न व्हावं म्हणून मी नोकरी का करावी? घर सांभाळणं हेसुद्धा एक कौशल्य आहे. पैसे कमावण्यापेक्षाही घरात पैसा कसा वाचवता येईल, घरातल्या सगळ्यांना सकस आणि पोषक आहार कसा देता येईल, मुलांचं संगोपन नीट कसं होईल, घरातलं वातावरण आनंदी आणि उत्साही कसं ठेवता येईल, घरातले संस्कार कसे जपता येतील, यासाठी प्रयत्न करायला मला आवडेल.”

“आई, घरात प्रेम आणि आदर मिळवणं ही वेगळी गोष्ट आहे. नोकरी करणाऱ्या सगळ्याच स्त्रियांना घरात आदर आणि जोडीदाराचं प्रेम मिळतंच, असं नाही. उलट बहुतेक वेळा तिच्यापेक्षा.तिच्या पैशांवरच नवऱ्याचं अधिक प्रेम असतं. मी काही मैत्रिणींचे अनुभव ऐकले आहेत. एकमेकांच्या विचारांचा सन्मान केला; एकमेकांना समजून घेतलं, तर प्रेम आणि आदर आपोआप मिळतो. ते मिळवणं हे आपल्याही हातात असतं. आजी नेहमी म्हणायची नाही का, की नवऱ्याचं हृदय जिंकण्याचा मार्ग त्याच्या पोटातून सुरू होतो? मला ‘ट्रॅड वाइफ’ व्हायचंय, हा माझा विचार ज्याला पटेल, त्याच्याशीच मी लग्न करेन.”

‘ट्रॅडवाईफ’ होणं ही काही मुलींची आवड असते. मग फक्त लग्न व्हावं म्हणून नोकरी का करावी? घर सांभाळणं हेही एक कौशल्य आहे. पैसे कमावण्यापेक्षाही घरात पैसा कसा वाचवता येईल? घरातल्या सर्वांना सकस आणि पोषक आहार कसा देता येईल? मुलांचं संगोपन नीट कसं होईल? घरातील वातावरण आनंदी आणि उत्साही कसं राहील? घरातील संस्कार कसे जपता येतील, याचा प्रयत्न करणं होय!

आरुषी बरंच काही सांगत होती आणि कुंदाताई मन लावून ऐकत होत्या. आपली मुलगी इतर मुलींपेक्षा वेगळी आहे. तिचे विचार प्रगल्भ आणि परिपूर्ण आहेत, याचा त्यांना अभिमान वाटला. नोकरीच्या जाहिराती त्यांनी बाजूला ठेवून दिल्या आणि आरुषीच्या विचारांना पाठिंबा द्यायचा, असं त्यांनी ठरवलं.

'तो माझा 'रिबाउंड' आहे!'

गर्लफ्रेंड किंवा बॉयफ्रेंडबरोबरचं नातं संपलं की, लगेच अनेक मंडळी 'रिबाउंड रिलेशनशिप'मध्ये प्रवेश करतात. का होतं असं? काय हवं असतं अशा वेळी आपल्याला?... लगेचच दुसऱ्या नात्यात कनेक्ट व्हायची गरज असते? की फक्त सूडबुद्धी?

"थँक यू, डिअर. आज तू आहेस म्हणून माझ्या आयुष्यात सगळं काही आहे. एका क्षणी वाटलं होतं, की आता जगण्यात काही अर्थ नाही; पण तू मला धीर दिलास... आयुष्य खूप चांगलं आहे आणि जगण्याचा आनंद घ्यायचा, हे तू मला शिकवलंस. तू मला भेटला नसतास तर...? हा विचारही मी करू शकत नाही. वन्स अगेन, थँक यू! रविवारी नक्की भेटू आणि फोनवर बोलत राहूच... बाय... गुड नाइट!"

रेवाचं संभाषण कावेरीच्या कानावर पडलं होतं, म्हणून तिने विचारलं, "रेवा, कोण ग? मिलिंद होता का?"

"दीदी, त्याचं नाव काढू नकोस माझ्यासमोर!"

"अग, मागच्या वेळेस मी माहेरी आले होते, तेव्हा तुझा खास मित्र, 'मैत्रीच्याही पलीकडचा' अशी त्याची ओळख तू करून दिली होतीस तू! ग्रॅज्युएशन पूर्ण झाल्यानंतर तुम्ही 'पुढचा विचार' करणार आहात, असंही सांगितलं होतंस. मग असं अचानक काय झालं? आणि, हा 'डिअर' कोण होता?"

"अग, हा रोहन होता."

"रेवा, तुझं नक्की काय चाललंय? मिलिंद आणि तुझ्या रिलेशनशिपचं काय? आणि, मध्येच हा रोहन कुठून आला?"

"दीदी, रोहन माझा रिबाउंड आहे!"

"हे काय नवीनच?"

"दीदी, मिलिंदबरोबर माझं 'ब्रेक-अप' झालं, हे मी तुला सांगितलं नव्हतं. तेव्हा तू जीजूंबरोबर दुबईला होतीस; त्यामुळे मी तुला डिस्टर्ब केलं नाही; पण मिलिंदने मला फसवलं. 'व्हॅलेंटाइन डे'ला तो माझ्याबरोबर आला नाही. मला साधं गिफ्टसुद्धा दिलं नाही. मी रागावले, तेव्हा माझी समजूत काढण्याऐवजी त्याने माझ्याशी बोलणंच बंद केलं. माझा फोन नंबर 'ब्लॉक' केला. मला या सगळ्याचा खूप त्रास झाला. मी त्याला भेटले आणि खूप बोलले. 'मी तुझ्या हातचं बाहुलं होणार नाही आणि तुझ्या मर्जीनुसार वागणार नाही,' असं म्हणाला तो मला आणि निघून गेला... तूच सांग, असं कुणी वागतं का आपल्या गर्लफ्रेंडबरोबर? मी खूप 'हर्ट' झाले. आत्महत्येचे विचार मनात येत होते... आणि, तेव्हाच मला रोहन भेटला. त्याने मला खूप आधार दिला. त्याचंही कविताबरोबर नुकतंच ब्रेकअप झालं होतं. मग आम्ही दोघांनी ब्रेक-अप 'सेलिब्रेट' केलं! आपापला पास्ट विसरायचा आणि नव्याने आयुष्य सुरू करायचं, असं दोघांनी ठरवलं. आता आम्ही 'रिबाउंड रिलेशनशिप'मध्ये आहोत!"

"रेवा, काय हे? काय म्हणावं तुम्हां मुलांना? काय गरज होती लगेच दुसरा बॉयफ्रेंड शोधण्याची? कुणाचा तरी खांदा हवाच असतो का तुम्हांला? थोडंसुद्धा सहन करण्याची ताकद नाही?"

"दीदी, आपण चाललेल्या मार्गात काही अडथळे आले, तर आपण मार्ग बदलतोच ना? एक प्लॅन सफल झाला नाही, तर दुसरा प्लॅन तयार करतोच ना? मग आपण एखाद्यावर प्रेम करत असताना त्याने त्या नात्याला किंमत दिली नाही, तर सतत त्या ब्रेकअपच्या दुःखात राहून नैराश्यात जाण्यापेक्षा कुणीतरी 'रीबाउंड' मिळाला, तर काय हरकत आहे? आयुष्याकडे नव्याने बघण्याचा दृष्टिकोन 'रीबाउंड' देतो. रोहन माझ्या भावना समजून घेतो; त्याच्या सहवासात मला आनंद मिळतो."

"अग रेवा, हेच सगळं तू मिलिंदच्या बाबतीतही म्हटली होतीस. त्याच्या सहवासात तुला छान वाटतं, तो तुझ्यासाठी 'परफेक्ट' आहे, वगैरे. आता काही

नाती टिकवायची असतील तर 'सगळं माझ्याच मनासारखं व्हावं,' हा हट्ट सोडावा लागतो. नात्याला ब्रेकचीही गरज असते. या ब्रेकमध्ये आपण कुठं चुकलो, कुठं कमी पडलो, याचं आत्मपरीक्षण करायचं असतं. सावरायला, शांत व्हायला वेळ द्यावा लागतो, संयम ठेवावा लागतो. रिबाउंड शोधत राहिलात, तर केवळ भरकटणं होईल. नात्यात दुरावा का निर्माण झाला? याची खरी कारणं शोधायला हवीत.

दिवसांनी रोहनसुद्धा असाच वागला, तर तू पुन्हा दुसरा रिबाउंड शोधणार आहेस का? आणि, खरंच हे तुला चांगलं वाटतंय, की मिलिंदवर सूड उगवण्यासाठी तू हे करतेयस? रेवा, अग नाती टिकवायची असतील, तर 'सगळं माझ्याच मनासारखं व्हावं,' हा हट्ट सोडावा लागतो. नात्याला ब्रेकचीही गरज असते. या ब्रेकमध्ये आपण कुठं चुकलो, कुठं कमी पडलो, याचं आत्मपरीक्षण करायचं असतं. सावरायला, शांत व्हायला वेळ द्यावा लागतो; संयम ठेवावा लागतो. असे रिबाउंड शोधत राहिलीस, तर भरकटत राहशील. नात्याकडून तुला नक्की काय हवंय, तेच तुला कळणार नाही. खरंच मिलिंदने तुझी फसवणूक केलीये की तुला केवळ तसं वाटतंय? तुझ्या मताप्रमाणे तो वागला नाही म्हणून तुला वाईट वाटतंय का? तुमच्या नात्यात दुरावा का निर्माण झाला? या प्रश्नांची उत्तरं शोधून काढ. लगेच दुसऱ्या नात्यात अडकण्याची घाई करू नकोस."

कावेरीचं बोलणं ऐकून रेवा विचारमग्न झाली. आपण रोहनशी नातं वाढवणार की नाही, हे काही तिने लगेच कावेरीला सांगितलं नाही; पण 'आपल्याशी मिलिंद वाईट वागला म्हणजे नक्की काय वागला,' 'आपल्याला नक्की काय हवंय,' याची उत्तरं शोधायला तरी तिची सुरुवात नक्कीच झाली.

लग्न लागतं ते कुटुंबाशी!

लग्न जोडीदाराशी होत असलं तरी तो प्रवेश असतो, त्याच्या घरात; त्याच्या कुटुंबीयांमध्ये. माहेर सोडून आलेल्या तिचा; नवा ऋणानुबंध तयार होतो. अशा वेळी गरज असते, ती पूर्वग्रह दूर सारण्याची. प्रत्येकीचा अनुभव वेगळा आणि स्वत:चाच असायला हवा. कारण तिचं लग्न लागत असतं, ते फक्त नवऱ्याशी नाही तर त्याच्या कुटुंबाशी.

"प्रिया, खूप छान दिसते आहेस. लग्न झाल्यानंतर तुझ्या चेहऱ्यावर एक वेगळाच 'ग्लो' आला आहे."

"चल, काहीतरीच काय? लग्नात मेकअप केला होता, तेव्हाचं ठीक आहे. आता दोन महिने झालेत माझ्या लग्नाला."

"प्रिया, हे मानसिक समाधानाचं प्रतीक आहे. तुझ्या मनाप्रमाणे जोडीदार मिळाला. लग्न छान पार पडलं आणि दोन्ही कुटुंबांचं एकमेकांशी छान जुळलं; त्यामुळे तुझ्या चेहऱ्यावर हा आनंद दिसतो आहे." ऑफिसमध्ये मोकळ्या वेळेत प्रिया आणि मीनल गप्पा मारत बसल्या होत्या.

तेवढ्यात विशाखा आली. न मागता सल्ले देण्याची हौसच होती तिला. "प्रिया, तुझं नवीन लग्न झालं आहे म्हणून सांगते. सासूने सांगितलेल्या सगळ्याच गोष्टी ऐकायची काही गरज नाही. मग तिला तशीच सवय लागते. एखादी गोष्ट मनाविरुद्ध झाली, की लगेच सून वाईट होते. आणि हो, माहेरच्या सगळ्या गोष्टीही सासूला सांगत जाऊ नकोस. तिच्या अपेक्षा वाढत जातील. सासर आणि माहेर यांत अंतर

दोन्ही कुटुंबांचे विचार जुळणं फार महत्त्वाचं आहे. फक्त नवरा-बायकोचे विचार एकमेकांशी जुळून भागत नाही. ते दोघंही एका कुटुंबाचा भाग असतात आणि त्या कुटुंबाचा प्रभाव दोघांवरही असतो. दोन्हीकडच्या नातेवाइकांचं एकमेकांशी पटलं, तर पती-पत्नीच्या नात्याला अधिक बहर येतो. मुद्दाम एकमेकांच्या चुका काढणं, एकमेकांच्या विरुद्ध माथी भडकवणं, इत्यादी नातेसंबंधांत येणाऱ्या अडचणी कमी होतात.

असलेलंच बरं. बाकीची नाती जाऊ देत; तू फक्त तुझ्या नवऱ्याला सांभाळ. त्याचं आणि तुझं जमलं, तर संसार चांगला होणार. इतर नात्यांचं एवढं काही नसतं."

मीनलला विशाखाचा रागच आला. ती लगेच म्हणाली, "विशाखा, अग तिचं नवीन लग्न झालंय आणि तिला काहीतरीच काय शिकवतेस?"

"मीनल, म्हणूनच तर तिला मी अनुभवाचे बोल सांगतेय."

"विशाखा, तू म्हणतेस ते योग्य नाही. संसार फक्त दोघांचा नसतो. इतर नातीही महत्त्वाची असतात." मीनल समजावून सांगायचा प्रयत्न करत होती; परंतु विशाखाला ते पटत नव्हतं.

तिने तिचं म्हणणं मांडलंच, "पती-पत्नीचं नातं चांगलं असणं महत्त्वाचं. त्यात नातेवाइकांचा काय संबंध? प्रेमात पडलेली जोडपी आई-वडिलांच्या नात्याचा विचार करतात का? त्यांच्या आवडीनिवडीचा विचार करतात का? त्यांचा विरोध असला, तरी ते लग्न करतातच ना? शेवटी दोघांमधलं प्रेम महत्त्वाचं. ते म्हणतात ना, 'मियाँ बीवी राज़ी, तो...'"

आता मीनल पुन्हा स्पष्टीकरण देऊ लागली, "अग, हे प्रेम काही दिवस टिकतं; पण जेव्हा खऱ्या अर्थाने संसार सुरू होतो, तेव्हा या प्रेमापलीकडे जाऊन इतर नात्यांचीही गरज लागते. दोघांच्या प्रेमाला कौटुंबिक नात्यांची जोड असली, तर त्या प्रेमाची गोडी टिकते. यासाठी दोन व्यक्तींबरोबरच दोन्ही कुटुंबंही एकत्र येणं महत्त्वाचं आहे."

प्रियाला मात्र मीनलचं म्हणणं पटलं. ती म्हणाली, "हे बाकी खरं आहे.आता बघ ना, माझे आई-बाबा आणि सासू-सासरे चौघं एकत्र सहलीला चालले आहेत. आम्ही दोघंही उत्साहाने त्यांना सहलीची तयारी करून देत आहोत."

विशाखाला मात्र अजूनही हा मुद्दा पटत नव्हता. ती म्हणाली, "प्रिया, तुझं नवीन लग्न झालं आहे. नव्याचे नऊ दिवस चांगलेच असतात; पण नंतर सगळं बिघडतं. मनातल्या सगळ्या गोष्टी आपण सासरी बोलू शकत नाही. सासू कधीच आई होऊ शकत नाही. काहीही असलं, तरी सासर आणि माहेर यांत अंतर असायलाच हवं."

मीनलने मात्र आपला मुद्दा लावून धरला, "विशाखा, जेव्हा मुलगी सासरच्या घराला आपलं घर मानेल, तेव्हाच ती त्या घरात रमेल. ही माणसं वेगळी आहेत, हे तिने मनात ठेवलं, तर ती कधीच त्या कुटुंबाची होणार नाही. एक लक्षात ठेव, की लग्नामुळे कोणत्याही मुलीला आपलं कुटुंब सोडून यावं लागत नाही, तर लग्न झाल्यामुळे तिच्या कुटुंबाचा परीघ विस्तारतो. माहेरबरोबरच सासरची माणसंही तिची होतात. मुलगी, मावशी, आत्या या नात्यांबरोबरच आता ती कुणाची तरी पत्नी, सून, जाऊ, मामी, काकू होते. किती नाती वाढतात? या सर्वांना तिने आपलं म्हटलं, तर तिला सासर आणि माहेर वेगळं वाटणारच नाही. सासूला अगदी आईचं स्थान देता आलं नाही, तरी सासरी आईला पर्याय तीच असते. सासरी काही दुखलं-खुपलं, तर सासूच सुनेची काळजी घेते. नवीन आलेल्या सुनेने जर मोकळेपणाने वागून, घरातल्या माणसांच्या मनात आपलं स्थान निर्माण केलं, तर तिला त्यांचं प्रेम मिळेलच."

खरं तर मीनल काय म्हणतेय, ते विशाखाला समजत होतं; पण स्वतःच्या संसारातले तिचे अनुभव चांगले नव्हते. तिच्या संसारात सासूचा हस्तक्षेप खूप होता आणि त्यामुळे पती-पत्नीच्या नात्यात इतर कुणी नकोच, असं तिला वाटत होतं.

"मीनल, हे सगळं दोन्हीकडून असावं लागतं, ग. सासरच्या लोकांनीही सुनेला आपलं समजायला हवं. तिला सासरचं घर आपलं वाटेल, असं त्यांनीही वागायला हवं. ती स्वतःचं घर सोडून पतीच्या कुटुंबात नव्याने राहायला आलेली असते. तिला माणसं नको असतात, असं नाही; पण त्या दोघांच्या नात्यात जेव्हा इतर कुणाची घुसखोरी होते, तेव्हा ती माणसंच नकोत, असं तिला वाटायला लागतं." विशाखाचा स्वर आता हळवा झाला होता.

"विशाखा, तू म्हणतेस ते अगदी बरोबर आहे. नात्यांचा समंजस स्वीकार दोन्ही बाजूंनी व्हायला हवा; पण अनेक पूर्वग्रह आणि दुसऱ्यांचे अनुभव हे आपल्याबरोबर असतात; त्यामुळे चुका दोन्ही बाजूंकडून होतात. आता बघ, प्रिया सर्व नात्यांमध्ये खूष आहे; पण तू स्वानुभवाने बनलेलं तुझं मत तिला

सांगितलंस. हेच मत जर तिच्या डोक्यात राहिलं, तर ती त्याच नजरेने सासूकडे बघेल. म्हणूनच दुसऱ्याचे अनुभव आपल्या संसारात लावायचे नाहीत. मुलाचं लग्न ठरल्यावर नातेवाईक, मैत्रिणी त्याच्या आईला सांगतात, 'हल्लीच्या मुलींना सासू-सासरे नकोच असतात, जरा जपून वाग. घरातल्या सगळ्या गोष्टी तिला लगेचच सांगू नकोस.' या सर्वांतून एक पूर्वग्रह निर्माण होतो आणि अंतर ठेवून वागलं जातं. हे व्हायला नको. प्रत्येकाने आपल्या नात्यांचा अनुभव घ्यावा; नाती समृद्ध करण्यासाठी एकमेकांना समजून घ्यावं आणि स्वतःचे निकष स्वतः लावावेत. ज्या घरात पती-पत्नीची इतर नात्यांशीही नाळ जुळते, तिथं संसार चांगला होतोच. विशाखा, अग, मुलीला जसं माहेरी मन मोकळं करायची गरज असते ना, तसंच मुलालाही त्याच्या आई-वडिलांशी बोलण्याची गरज असते. या बाबतीत पती आणि पत्नी दोघांनीही एकमेकांना 'स्पेस' देणं गरजेचं आहे. दोघांनीही एकमेकांच्या नात्यांचा आदर केला आणि आपापली कर्तव्यं पार पाडली, तर अडचणी कमी होतील. मतभेद असतील, तरी दुसरीकडे एकमेकांची बदनामी न करता, एकमेकांशी बोलून मार्ग काढायला हवा."

विशाखा आता शांत झाली होती. आपल्यातलं नातं कसं बिघडत गेलं आणि इतरांच्या अनुभवाने आपण कसे पूर्वग्रहदूषित झालो, हे तिच्या लक्षात आलं. प्रियाला आपण उगाचच चुकीचे सल्ले दिले, असं तिला वाटून गेलं.

ती म्हणाली, "प्रिया, सॉरी. मी जे काही सांगितलं, त्याकडे तू दुर्लक्ष कर. तुझे व्यक्तिगत अनुभव महत्त्वाचे. मी जी चूक केली, ती तू करू नकोस. मीनलचं म्हणणं बरोबर आहे, हे एव्हाना माझ्यापण लक्षात आलं आहे. लग्नात केवळ पती-पत्नीने नव्हे, तर संपूर्ण कुटुंबाने एकत्र येणं महत्त्वाचं आहे. मीनल, धन्यवाद. तू एक मैत्रीण म्हणून आज माझ्या चुकीच्या विचारांची मला जाणीव करून दिलीस."

विशाखा भावनावश झालेली पाहून मीनलने गप्पा आवरत्या घेतल्या. ती म्हणाली, "विशाखा, आभार प्रदर्शनाचा कार्यक्रम झाला असेल, तर काहीतरी खाऊन घेऊ या. जाम भूक लागलीये."

"येस! माझ्या सासूबाईंनी केलेला खमंग चिवडा आणि रव्याचे लाडू आपली वाट बघतायत," असं म्हणून प्रियाने आपल्या बॅगेतून डबा बाहेर काढला आणि तिघींनी मिळून त्यावर छान ताव मारला.

घाई : जोडण्याची आणि तोडण्याचीही!

आजकालच्या तरुणांना नातं जोडण्याचीही घाई आणि नातं तोडण्याचीही घाई असते, असं साधारण चित्र दिसतं. पण नातं निभावणं म्हणजे काय तेही शिकायला हवं, तरंच नातं दीर्घकाल टिकवता येतं.

"हाऊ डेअर डज ही आस्क धिस क्वेश्चन टू मी? समजतो कोण हा स्वतःला? अरे, मला माझी प्रायव्हसी आहे की नाही? माझ्या १२ वर्षं जुन्या मित्राबरोबर मी डिनरलाही जाऊ शकत नाही? प्रत्येक गोष्ट मी याला विचारून करायची?"

ओवीची चिडचिड सुरू होती. तिचा राग शब्दांवाटे बाहेर पडत होता. ओंकार आणि ओवी यांची दोनेक वर्षांपासूनची ओळख होती. दोघंही एकाच कॉलेजमध्ये होते. दोघांचाही ग्रुप एकच असल्यामुळे कॉलेजच्या उपक्रमांच्या निमित्ताने त्यांची ओळख झाली. एकमेकांबरोबरचा सहवास वाढला आणि दोघंही एकमेकांच्या खूप जवळ आले. कॉलेज संपलं. दोघांचंही स्वतंत्र करिअर सुरू झालं; पण एकमेकांना भेटल्याशिवाय त्यांना चैन पडत नव्हती. त्यांचं नातं आता मैत्रीच्या पलीकडे गेलं होतं. ते एकमेकांचे चांगले मित्र आहेत, हे दोघांच्याही घरी माहीत होतं आणि त्यांचं नातं पुढे जाण्याला दोन्ही कुटुंबांकडून काहीच हरकत नव्हती. आयुष्याचा जोडीदार' या नजरेने आता दोघंही एकमेकांकडे पाहू लागले होते. लवकरच आपला निर्णय

आई-वडिलांना सांगायचा, असा दोघांचाही विचार झाला होता; पण परवाच्या त्या घटनेनंतर ओवी चांगलीच चिडली होती. 'ओंकार आपल्याला आयुष्यात पुढे जाऊ देणार नाही; प्रत्येक गोष्टीत तो आपल्याला अडवणार; आपल्यावर संशय घेणार,' असं तिला वाटायला लागलं होतं.

त्या दिवशी असं झालं, की ओवी तिच्या एका जुन्या मित्राबरोबर डिनरसाठी बाहेर गेली होती. ती जाणार आहे, याबद्दल तिने ओंकारला काहीही सांगितलं नव्हतं आणि दुसऱ्या दिवशी त्याच्या एका मित्राकडून त्याला ते कळलं. "मला न सांगता तू तुझ्या मित्राबरोबर एकटी डिनरला का गेलीस? किमान मला सांगायला तरी हवं होतंस," हे ओंकारचं बोलणं तिला अजिबात आवडलं नाही.

दोघांचंही या गोष्टीवर चांगलंच वाजलं. आपलं काही चुकतंय, असं कुणालाच वाटत नव्हतं. ओवीने तर आईला सांगूनच टाकलं, "आई, मी आता यापुढे ओंकारला कधीही भेटणार नाही. आमचं नातं इथंच संपलं. ज्या व्यक्तीचा स्वतःच्या होणाऱ्या जोडीदारावर विश्वास नाही, अशा व्यक्तीबरोबर आयुष्य काढायचा मी विचारसुद्धा करू शकत नाही. मी एक स्वतंत्र व्यक्ती आहे आणि माझे निर्णय मी घेणार. 'तू असं का केलंस?' हा प्रश्न माझे आई-वडील मला विचारत नाहीत आणि हा कोण आला मला विचारणारा? मी कुठं जावं, काय करावं, कुणाशी बोलावं आणि कुणाशी बोलू नये, हे माझं मीच ठरवणार. माझ्या व्यक्तिगत आयुष्यावर मी कुणाचंही वर्चस्व सहन करू शकत नाही; म्हणूनच त्याच्याशी असलेलं नातं कायमचं संपवायचं, असं मी ठरवलंय."

ओवीचा राग आई समजू शकत होती. त्या दोघांनी तिला आत्तापर्यंत संपूर्ण स्वातंत्र्य दिलं होतं. स्पोर्ट्स, ट्रेकिंग, नाटकात वेगवेगळ्या भूमिका करणं,

> आयुष्यात आपल्याला हवं तसंच सगळं मिळतं असं नाही, त्यामुळे आपल्या मनाविरुद्ध कोणी वागलं तर त्याच्याशी नातं तोडून टाकण्याचा उतावीळपणा योग्य नाही. एखादया व्यक्तीला 'लाइफ पार्टनर' म्हणून निवडायचं असेल, तर त्याच्या गुण-दोषांसह स्वीकारायला हवं. कोणताही व्यक्ती परिपूर्ण नाही, एकमेकांच्या चुका माफ करण्याची मानसिक तयारी व्हायला हवी.

मित्रमैत्रिणींबरोबर ट्रिपला जाणं, विविध उपक्रमांत सहभागी होणं यातल्या कुठल्याच बाबतीत त्यांनी तिची कधी अडवणूक केली नव्हती. 'असं का?' असा प्रतिप्रश्नही त्यांनी कधी तिला केला नव्हता; त्यामुळे ओंकारने तिला 'का,' असं विचारल्यावर तिला राग येणं साहजिक होतं. अर्थात, दुसऱ्याच्या भावना समजून न घेता लहानशा गोष्टीवरून नातंच कायमचं तोडून टाकायचं, हेसुद्धा योग्य नाही. आयुष्यात आपल्याला हवं तसंच सगळं मिळतं, असं नाही; त्यामुळे आपल्या मनाविरुद्ध कुणी वागलं, तर त्याच्याशी नातं तोडून टाकण्याचा उतावीळपणा योग्य नाही. ही समज तिला देणं गरजेचं आहे, असं वाटून आईने तिच्याशी चर्चा केली.

"ओवी, बेटा, ओंकारचं वागणं-बोलणं तुला पटलं नाही; पण त्याचीही काहीतरी बाजू असेलच ना? तुमचं नातं पुढे जाण्यापूर्वी त्याने तुझ्याबाबतीत पझेसिव्ह व्हायला नको; तुझ्यावर हक्क दाखवायला नको, हे बरोबरच आहे; पण तुला या गोष्टी आवडणार नाहीयेत, हे तू त्याला स्पष्टपणे सांगायला हवंस. तो असं का बोलला, त्यामागे त्याची काळजी आहे की हक्क दाखवणं आहे, हेसुद्धा तू समजून घ्यायला हवंस. तुझ्यापेक्षा वेगळ्या वातावरणात तो वाढलाय. त्याची जडणघडण वेगळ्या पद्धतीने झालीय.

एखाद्या घटनेवरून संबंधित व्यक्तीला दोष देणं किंवा त्याच्याबद्दल पूर्वग्रह मनात बाळगणं योग्य नव्हे. कोणतीही व्यक्ती परिपूर्ण नाही. काही दोष त्याच्यात असतील, तर काही तुझ्यातही असतील; पण एखाद्या व्यक्तीला जीवनसाथी म्हणून निवडायचं असेल, तर त्याच्या गुणदोषांसह त्याला स्वीकारायला हवं. एकमेकांच्या चुका माफ करण्याची तयारी ठेवायला हवी. तुम्हां मुलांना नातं जोडण्याचीही घाई आणि नातं तोडण्याचीही. तुम्ही नातं निभावणं म्हणजे काय ते शिकायला हवं. 'ओंकार असाच आहे,' असं म्हणून शिक्कामोर्तब करू नकोस. त्याला समजून घ्यायला वेळ दे."

ओवीला आईचं म्हणणं कळत होतं; पण वळत नव्हतं. तरीही या गोष्टीचा विचार करण्याची आणि ओंकारशी पुन्हा बोलण्याची तिची मानसिक तयारी झाली होती. 'उद्याच ओंकारशी बोलायचं,' असं तिने ठरवलं होतं.

सासू होण्याचं दडपण

मुलाचं लग्न ठरवताना अनेकदा 'आपण आपल्या लाडक्या मुलाला सुनेच्या निमित्ताने गमावणार तर नाही ना,' अशी भीती आईला (होणाऱ्या सासूला) वाटत असते. *सासू होणं, हा अनेक स्त्रियांच्या आयुष्यात येणारा एक टप्पा असतो. तो आनंददायी असतोच, मात्र अनेकदा काळजी वाढवणाराही असू शकतो. आपलं सुनेशी पटेल का? आपलं नातं कसं असेल? आपला मुलगा आपल्यापासून दूर जाणार नाही ना? असे अनेक विचार तिचं दडपण वाढवू शकतात. काय करायला हवं अशा वेळी?*

"कालिंदी, अग, झाली का लग्नाची तयारी? आता फक्त दहा दिवस उरलेत. तुझ्या घरातलं हे पहिलं कार्य. आता तुला विहीणबाई म्हणून मिरवायचं आहे; त्यामुळे सगळ्या कामांकडे तुला लक्ष देता येणार नाही. मानपान, देण्याघेण्याच्या सगळ्या वस्तू एका बॅगेत भरून ठेवल्या आहेस ना?"

"हो, ताई, सगळी तयारी झालीये. बॅगा भरून त्यांना लेबलंपण लावलीयेत. कार्यालयात गेल्यावर काही गोंधळ व्हायला नको; पण खूप टेन्शन आलंय ग."

"सगळी तयारी झाली म्हणतेयस. मग आता कसलं टेन्शन?"

"ताई, लग्नाच्या तयारीचं टेन्शन नाही ग. मला वेगळंच टेन्शन आलंय. अग, सागरचं लग्न झाल्यावर नवीन सून घरात येणार. ती घरात कशी वागेल? माझं तिचं पटेल का? ती परदेशातून शिक्षण घेऊन इथं आलीये आणि सागर इथंच शिकलेला. त्याने आपला देश सोडून जायचं नाही, असं ठरवलंय; मग या दोघांचं जमेल ना? एकदा परदेशात राहिलं, की ती मुलं पुन्हा भारतात राहात नाहीत, असं मी ऐकलंय. सागर आमचा एकुलता एक मुलगा आहे. त्याला वाढवण्यासाठी मी माझं करिअरसुद्धा सोडून दिलं. त्याची शाळा, त्याचे क्लासेस, इतर ॲक्टिव्हिटीज् यांमध्येच मी गुंतून राहिले; पण आता लग्न झाल्यावर तो माझ्यापासून दूर जाणार नाही ना, याचं भय वाटतंय मला. कधीकधी इतके विचार मनात येतात, की मला झोपच लागत नाही."

कालिंदी तिची व्यथा मोठ्या बहिणीला सांगत होती. मुलाचं लग्न होणार याचा आनंद असला, तरी 'पुढे कसं होणार,' या विचाराने ती सैरभैर झाली होती. त्याचं कारणही तसंच होतं. तिच्या जिममधल्या मैत्रिणीने तिला सांगितलं होतं, "तुझी सून तुझ्या मुलाला परदेशात नेणारच. इतके दिवस अमेरिकेत राहिलेली मुलगी आता भारतात राहणं अवघड आहे. तू स्वतःच्या मनाची तयारी करून ठेव."

तिला एक वर्गमैत्रीण भेटली होती; ती म्हणाली, "फार लक्ष घालू नकोस बाई घरात. हल्लीच्या मुलींना काहीही सांगितलेलं आवडत नाही. एवढ्या-तेवढ्या गोष्टींवरून वाद वाढवतात आणि मग 'सासू अशी वागली, तशी वागली,' अशा तक्रारी घेऊन पोलीसचौकीपर्यंत जातात. माझ्या सुनेने असंच भांडण वाढवलं आणि मला कोर्टाच्या चकरा मारायला लावल्या. शेवटी मुलगा तिला घेऊन वेगळं राहायला लागला, तेव्हा कुठं ती शांत झाली. आता तो कधी मला भेटायला आला, तरी तिला ते आवडत नाही. लग्न झाल्यानंतर मुलं आपली राहात नाहीत, हेच खरं."

कालिंदीच्या मैत्रिणींनी तिला सजग करण्याचा प्रयत्न केला होता; स्वतःचे अनुभव सांगितले होते. त्यामुळे 'आपल्या मुलाचा संसार नीट होणार का?' 'सून घर टिकवणारी असेल की घर मोडणारी?' 'ती आपल्या नातेवाइकांमध्ये रमेल की सतत माहेरच गाठेल?' या आणि अशा विचारांनी तिला दडपण आलं होतं. मंजिरीताईने तिच्या मनातील गोंधळ ओळखला. 'ही उगाचच अतिविचार करतेय. आता तिचं बौद्धिक घ्यायलाच हवं,' असं तिने ठरवलं.

"कालिंदी, अग, किती पुढचा विचार करशील? त्या विचाराच्या पायात तुला लग्नाचा आनंद तरी घेता येतोय का? किती स्वप्नं रंगवली होतीस तू मुलाच्या लग्नाची? 'मी असं करणार,' 'मी तसं करणार,' असं म्हणायचीस.

तो उत्साह गेला कुठं तुझा? चारचौघींचे अनुभव ऐकून स्वतःच्या घरातही असंच होईल, असा विचार तू का करतेयस? आपल्या वागण्यावर सगळं असतं ग. तू स्वतःच्या संस्कारांवर विश्वास ठेव. कोणतीही अढी मनात न ठेवता नवीन सुनेचं स्वागत कर. नकारात्मक विचार मनात आणू नकोस.

'परदेशात जाऊन आलेली मुलं भारतात राहातच नाहीत,' 'सून एकत्र कुटुंबात राहण्यास नकारच देते', 'लग्न झाल्यानंतर मुलं बदलतात; ती आईला विसरतात', असं लेबलिंग करणं बंद कर. हाताची सगळी बोटं सारखी नसतात, तसे सगळ्यांचे अनुभवही सारखे नसतात.

तू केवळ सकारात्मक नव्हे, तर तर्कसंगत विचार कर. जो प्रसंग समोर येईल, त्यातून चांगलं काय आणि कसं होईल ते बघायचं, असं ठरव.

कालिंदी, अजून एक सांगते तुला. घर आणि घरपण अबाधित ठेवायचं असेल, तर तू स्वतःला बदलायला हवं.

अतिरिक्त विचार कमी करायचे आणि ॲक्सेप्ट (Accept), ॲडजस्ट (Adjust) आणि अव्हॉइड (Avoid) हे तीन शब्द लक्षात ठेवायचे. फार विचार केला, की मनस्थिती बिघडते आणि शरीर आजारांचं माहेरघर बनायला सुरुवात होते."

चारचौघींचे अनुभव लक्षात घेऊन स्वतःच्या घरातही असंच होईल, असं दडपण सासूने घेणं योग्य नाही. आपल्या वागण्यावर, संस्कारांवर सगळं असतं. कोणतीही अढी मनात न ठेवता नवीन सुनेचे स्वागत करावं. 'लग्न झाल्यानंतर मुलं बदलतात, आईला विसरतात', असं लेबलिंग करणं आणि अतिरिक्त नकारात्मक विचार करण्यापेक्षा केवळ पॉझिटिव्हच नाही, तर रॅशनल विचार करावा, आणि स्वतःमध्येही बदल करून Accept, Adjust आणि Avoid हे तीन शब्द लक्षात ठेवावे.

मंजिरीताईने अनुभवाचे चार बोल कालिंदीला सांगितले. तिच्या बोलण्यामुळे कालिंदीच्या मनातील गोंधळ बराचसा कमी झाला. तिचं मन हलकं झालं.

पुढे काय होईल, त्याचा आज विचार न करता लग्न एन्जॉय करायचं असं तिने ठरवलं. मेंदी आणि संगीत कार्यक्रमांमध्ये खायला काय ठेवायचं, पार्लरमध्ये कधी जायचं, याच्या नियोजनात ती मग्न झाली.

विहिणी की मैत्रिणी?

आपल्या मुलाचं-मुलीचं लग्न ठरल्यावर भावी विहिणी लग्नाच्या मनोरथांमध्ये हरवतात. पण त्यापूर्वी त्यांनी एकमेकींशी अगदी भरभरून, मैत्रिणी होऊन बोलायला हवं. एकमेकांच्या मुलांचे, एकमेकांच्या कुटुंबांचे स्वभाव जाणून घ्यायला हवेत. याचा मुलांना फायदाच होईल.

"हॅलो, वैशालीताई, मी मंजुषा बोलतेय – अधीराची आई. सुजय आणि अधीरा मागच्या पंधरा दिवसांत दोन-तीनदा भेटले. आता दोघांनी एकमेकांना पसंत केलंच आहे; दोघांच्या पत्रिकापण जुळतायत, तर आता पुढची बोलणी कधी करायची?" मंजुषाने सुजयच्या आईला फोन केला होता. मुलांची पसंती झाली असेल, तर उगाचच थांबायला नको, असं तिला वाटतं होतं. एकदा का लग्न ठरवलं, की मग आपली काळजी संपली, असा तिचा विचार होता.

एक तर 'लग्न' या विषयावर यापूर्वी अधीरा काहीच बोलत नव्हती. लग्नाचा विषय काढला, तरी ती उठून निघून जायची. विवाहसंस्थेत नाव नोंदवलं, तरी ती स्थळं बघायला तयार नव्हती. असं असताना ओळखीतून सुजयचं स्थळ आलं आणि तिलाही तो आवडला. लग्नाची पुढची बोलणी झालेली बरी, असं मंजुषाला वाटतं होतं; पण सुजयच्या आई; वैशालीताई, तिला म्हणाल्या की, आपण दोघीच एकमेकींना भेटू! मंजुषाला थोडं आश्चर्यच वाटलं. त्यांना अधीरा पसंत आहे, असं तर त्यांनी कळवलं होतं. 'मग आता एकत्र बैठक घ्यायची सोडून त्यांना मला

एकटीलाच का भेटायचं असेल? त्यांच्या मनात वेगळं काही असेल का?' असा विचार ती करू लागली.

वैशालीताई तिची रेस्टॉरंटमध्ये वाटच बघत होत्या. पाल्हाळ न लावता त्यांनी विषयालाच हात घातला, "मंजुषाताई, आपण अधीरा आणि सुजयचं लग्न ठरवायचं म्हणतो आहोत; पण त्याआधी दोघांच्याही आई या नात्याने आपण एकमेकींना भेटणं आवश्यक आहे, असं मला वाटलं. हे बघा, मुलांनी एकमेकांना पसंत केलं, की आपलं काम संपलं, असं नाहीये. कोणताही निर्णय घेण्यापूर्वी आपली मुलं खरंच एकमेकांना अनुरूप आहेत का, याचा आपण आधी विचार करू या. तुम्ही सगळे कसे आहात, तुमची फॅमिली कशी आहे, अधीराचा स्वभाव कसा आहे, ही माहिती 'बाहेरून' काढण्यापेक्षा तुमच्याकडूनच ती घेणं, हे मला अधिक योग्य वाटतं. तसंच, आमच्या फॅमिलीची माहिती आणि सुजयच्या स्वभावाची माहिती तुम्हांला करून देणं, हेसुद्धा मी माझं कर्तव्य समजते."

वैशालीताई बोलतच होत्या, "कोणतीही आई आपल्या मुलांना चांगलं ओळखते. त्यांच्यातले गुणदोष हे तीच चांगल्या प्रकारे सांगू शकते. आमचा सुजय कसा आहे, हे मी मोकळेपणाने तुम्हांला सांगणार आहेच; शिवाय, अधीराबद्दलही मी तुमच्याकडून जाणून घेणार आहे. या वयात मुलं एकमेकांचं रूप, आर्थिक परिस्थिती आणि वरवरची माहिती आधी घेतात. या दोघांचं एकमेकांशी खरंच जमेल का, हे मात्र कोणत्याही गुणमीलन किंवा ज्योतिषशास्त्रापेक्षा आईच जास्त चांगलं सांगू शकते."

मुलांची लग्न ठरल्यानंतर आपली मुलगी या घरात रमेल का? ही नवीन येणारी मुलगी आपल्या संस्कारात, आपल्या घरात रममाण होईल का? हे कोणतीही आई एका दृष्टिक्षेपात ओळखते. खरोखरच आपली मुलं या नात्यात पुढे जाऊ शकतील का? एकमेकांना सांभाळून घेऊ शकतील का? याचा विचार करण्यासाठी दोघी विहिणींनी एकमेकांशी बोलणं, आपलं नातं सुदृढ करणं अधिक महत्त्वाचं आहे. एकमेकींशी मैत्री केली, तर मुलं अधिक मोकळेपणाने एकमेकांशी वागतील.

"आपली मुलगी या घरात रमेल का, हा मुलगा आपल्या मुलीला समजून घेईल का, हे आई एका दृष्टिक्षेपात ओळखते. तसंच, ही मुलगी आपल्या संस्कारात, आपल्या घरात रुळेल का, आपला मुलगा तिला समजून घेईल का, हे मुलाच्या आईलाही लगेच कळतं. म्हणून, आपण दोघींनी एकमेकींशी बोलणं, आपलं नातं सुदृढ करणं महत्त्वाचं आहे. आपण एकमेकींशी मैत्री केली, तर मुलं अधिक मोकळेपणाने एकमेकांशी वागतील."

"सध्याच्या काळात लग्नं मोडण्याचं प्रमाण वाढतंय. यामागच्या मुख्य कारणांचा अभ्यास केला, तर असं दिसतं, की दोन्ही कुटुंबांनी एकमेकांना समजून घेतलेलं नसतं. लग्नाआधी मोकळेपणाने बोलणंच झालेलं नसतं. आपल्याला जावई कसा हवा आहे किंवा सून कशी हवी आहे, हे बोलायला हवं आणि खरोखर आपले सूर जुळणार आहेत का, याचा गांभीर्याने विचार करायला हवा. दिसण्यापेक्षा असणं महत्त्वाचं आहे, हे मुलांना पटकन कदाचित कळणार नाही; कारण तारुण्यसुलभ भावनांचा अंमल मुलांच्या मनावर अधिक असतो. त्यामुळे त्यांच्याकडून निर्णय घेण्याची घाई होते. जोडीदाराबाबतच्या खूप अपेक्षा त्यांच्या मनात असतात आणि त्या पूर्ण झाल्या नाहीत, तर कधीकधी सुरुवातीपासूनच एक प्रकारचा आकस मनामध्ये राहून जातो. म्हणून, या प्रक्रियेत पालकांचा सहभाग असावा; परंतु तो तटस्थपणे असावा. खरोखरच आपली मुलं या नात्यात पुढे जाऊ शकतील का, एकमेकांना सांभाळून घेऊ शकतील का, याचा विचार करणं अधिक महत्त्वाचं आहे, असं मला वाटतं." वैशालीताई भरभरून बोलत होत्या आणि मंजुषालाही त्यांचं म्हणणं पटत होतं. तिच्या मनातल्या सगळ्या शंका दूर झाल्या होत्या.

"खरं आहे तुमचं म्हणणं. आपण दोघी चांगल्या मैत्रिणी होऊ या. आपल्यातलं मैत्रीचं नातं दृढ करू या. आपल्या मुलांनी एकमेकांवर प्रेम करावं; एकमेकांना समजून घ्यावं; गुणदोषांसह एकमेकांचा स्वीकार करावा; आयुष्यातल्या कोणत्याही प्रसंगात एकमेकांना साथ द्यावी, यापेक्षा अधिक आपल्याला काय हवंय? आणि, आपण एकमेकींशी मैत्रीच्या नात्याने वागलो, तर आपल्या मुलांच्या नात्याची सुरुवातही चांगली होईल!"

आता दोघीही मोकळेपणाने एकमेकींशी बोलत होत्या आणि एकमेकींच्या विहिणी होण्यापूर्वी त्यांच्यात मैत्रीचं नातं फुलत होतं!

लग्नाचा 'प्रोबेशन पीरियड'

लग्नाचे सुरुवातीचे चार-पाच महिने फारच महत्त्वाचे असतात. कारण एकमेकांसोबत प्रत्यक्ष राहणं सुरू झालेलं असतं. त्या दिवसांतच एकमेकांचे स्वभाव, अपेक्षा, गरजा लक्षात येतात. काही वेळा आपलं एकमेकांशी पटेल ना, आपण कायम एकत्र राहू ना, हेही प्रश्न पडू शकतात. कसे सांभाळायचे हे सुरुवातीचे दिवस? लग्नाचा प्रोबेशन पीरियड कसा सांभाळाल?

"मॅडम, रवीबरोबर आयुष्य काढणं मला शक्यच होणार नाही, असं मला वाटू लागलंय. खरं तर माझी फसवणूक झाली आहे. त्याचे आणि त्याच्या घरच्यांचे विचार अतिशय जुनाट, मागासलेले आहेत. त्यांच्या म्हणण्याप्रमाणे वागणं मला शक्य नाही आणि माझ्या म्हणण्यानुसार ते त्यांच्यात काही बदल घडवणार नाहीत. त्यापेक्षा वेगळं झालेलं कधीही चांगलं." अवनी तिचं म्हणणं समुपदेशकांना सांगत होती.

तिचं बोलणं ऐकून रवीही शांत बसला नाही. "ती म्हणते ते अगदी बरोबर आहे. मलापण हिच्याबरोबर आयुष्य काढणं अशक्य आहे; पण फसवणूक तिची नाही, तर माझी झाली आहे. आमची मुलगी अतिशय शांत, सगळ्यांना सामावून घेणारी, नाती सांभाळणारी आहे, असं तिच्या आई-वडिलांनी सांगितलं होतं; पण

त्यातला एकही गुण मला लग्न झाल्यानंतर दिसलेला नाही. थोडं मनाविरुद्ध झालं, की ही लगेच माहेरी जाते आणि महिनाभर तिथंच राहते. साध्या-साध्या गोष्टीसुद्धा तिला जमत नाहीत. घरात गौरी-गणपती बसले असताना तिची मासिक पाळी सुरू झाली. तेव्हा आईने तिला स्वयंपाकघरात येऊ नकोस, असं म्हटलं. यावरून माझी आई मागासलेल्या विचारांची आहे, असं म्हणणं योग्य आहे का? नवीन लग्न झाल्यावर आपल्या घरातल्या कार्यक्रमांना महत्त्व द्यायचं की मित्रांच्या पार्टीला, हे तिला समजत नाही आणि आम्ही तिच्या म्हणण्यानुसार बदलायला हवं, असा तिचा हट्ट आहे. ते शक्य होणार नाही. खरंच, वेगळं झालेलंच चांगलं." रवीने त्याची बाजूही मांडली.

"मॅडम, जर जवळच्या मित्राचं लग्न असेल; त्याची पार्टी असेल आणि ती खूप आधीपासून ठरली असेल, तर जाणं आवश्यक नाही का? त्याच दिवशी सासूबाईंनी हळदी-कुंकवाचा कार्यक्रम ठेवला, तर मी काय करणार? हळदी-कुंकू दुसऱ्या दिवशीही करता आलं असतं ना? पण त्यांनी त्याच दिवशी, एकट्यानेच हळदी-कुंकू केलं आणि आलेल्या लोकांना काय दिसलं, तर घरच्या कार्यक्रमात सून नाही. त्याची आई जसं म्हणते, तसंच हा वागतो. त्यांच्यात बदल होणार नाही."

दोघंही एकमेकांविरुद्ध आरोप-प्रत्यारोप करत सुटले होते. समुपदेशकांशी बोलताना, मी कसा योग्य आहे आणि माझा जोडीदार कसा चुकीचा आहे, हे सांगण्याचा प्रयत्न करत होते.

रवी आणि अवनी यांचं लग्न होऊन जेमतेम पाच महिने झाले होते. त्यांचं लग्न ठरवून, अगदी कांदे-पोह्यांचा कार्यक्रम होऊन, दोन्ही नातेवाइकांनी एकमेकांची चौकशी करून मग झालं होतं. त्यांच्या लग्नाचा 'कोर्टशिप पीरियड' जवळजवळ एक वर्षाचा होता. खरं तर या कालावधीत दोघंही एकमेकांना भेटत होते; फोनवर सतत चॅटिंगही सुरू होतं. मग या काळात एकमेकांच्या स्वभावाची ओळख त्यांना पटली नसेल का? कुटुंबातले रीतिरिवाज, पद्धती यांबाबत ते एकमेकांशी बोलले नसतील का? लग्नाआधी केव्हा एकदा एकमेकांबरोबर राहता येईल, याची ओढ असणारे, अगदी एकेक दिवस मोजणारे हे दोघं अवघ्या पाच महिन्यांत एकमेकांना कंटाळले? एकमेकांना समजून घेणं इतकं अवघड का जायला लागलं त्यांना?

समुपदेशकांनी दोघांच्या बाजू समजून घेतल्या आणि दोघांना समजावून सांगण्याचा प्रयत्न केला. "रवी आणि अवनी, अरे, तुमच्या लग्नाला आत्ता

कुठे पाच महिने पूर्ण होतायत आणि तुम्ही विभक्त होण्याचा विचार करताय? एकमेकांना समजून घ्यायला तुम्ही अजून पुरेसा वेळ तरी कुठं दिलाय? तुम्ही दोघंही वेगवेगळ्या वातावरणात आणि संस्कारांत वाढलेले आहात; त्यामुळे तुमच्या वागण्याच्या पद्धती वेगळ्या असणारच आहेत. त्यांची सवय व्हायला थोडा वेळ तर द्या. सगळ्या गोष्टी आपल्याला हव्या तशा होणार नाहीत, याचा स्वीकार करणं गरजेचं आहे.

जेव्हा नवीन नोकरी मिळते, तेव्हा आपल्याला काही ठरावीक 'प्रोबेशन पीरियड' दिला जातो. तो समाधानकारकरीत्या पूर्ण केला, की आपली नोकरी पक्की होते. या काळात आपल्याला आपल्या क्षमतांचा कस लावावा लागतो. कौशल्यपूर्ण रीतीने आपली कामगिरी सिद्ध करावी लागते. कितीतरी गोष्टी आपल्या मनाविरुद्ध घडत असतात; पण आपण नोकरी सोडण्याचा विचार न करता आपण कामामध्ये कुठं कमी पडतो, अजून काय केलं पाहिजे, याचं आत्मपरीक्षण करतो आणि अधिक चांगलं काम करून नोकरीत 'कन्फर्म' होण्याचा प्रयत्न करतो."

"लग्न टिकवण्यासाठीसुद्धा पहिल्या एक-दोन वर्षांचा 'प्रोबेशन पीरियड' पूर्ण करावा लागतो. याच कालावधीत गैरसमज, मतभेद अधिक होतात. नवीन गोष्टींचा स्वीकार करायला त्रास होतो; पण लग्न टिकवायचं असेल, तर इथंही स्वतःला सिद्ध करावं लागतं; संयम ठेवावा लागतो. एकमेकांच्या जीवनशैलींचा समतोल साधावा लागतो. म्हणूनच, लग्न ठरल्यानंतर एकमेकांशी लग्नाचा 'इव्हेंट' आणि

> नोकरीचा प्रोबेशन पीरियड पूर्ण करण्यासाठी जसा सुरुवातीच्या काळात तुमच्या क्षमतांचा कस लावावा लागतो. कौशल्यपूर्ण रीतीने आपला परफॉर्मन्स सिद्ध करावा लागतो. तसंच लग्न टिकवण्यासाठीसुद्धा सुरुवातीचा एक-दोन वर्षांचा प्रोबेशन पीरियड पूर्ण करावा लागतो. दोघंही वेगवेगळ्या वातावरणात आणि संस्कारात वाढलेले असतात, त्यामुळे एकमेकांना समजून घेण्यास, स्वीकारण्यास वेळ लागणार याची मानसिक तयारी करायला हवी.

प्रेमाच्या गप्पा मारण्याबरोबरच आपापल्या घरच्या पद्धती, संस्कार कोणते आहेत अन् दोघांना एकमेकांसोबत राहताना कोणते बदल करावे लागतील, याबाबत चर्चा करणं, अपेक्षा व्यक्त करणं आवश्यक आहे. याबाबतची मानसिक तयारी झाली, की मग लग्नानंतर एखादी गोष्ट मनाविरुद्ध घडलीच, तर तिचा बाऊ न करता तडजोड करणं शक्य होतं आणि लग्नाचा 'प्रोबेशन पीरियड' समाधानकारकरीत्या पूर्ण होतो.

लोणचं मुरायला वेळ लागतोच ना? त्यानंतरच त्याची चव वाढते. लग्न मुरायलाही वेळ द्यायला हवा.

रागाच्या भरात, घाईघाईने कोणताही निर्णय घेऊ नका. अजूनही विचार करा. तुमच्यातले वाद हे किरकोळ स्वरूपाचे आहेत. गांभीर्याने आणि शांतपणे विचार केलात, तर ते तुमचे तुम्हीच मिटवू शकता."

समुपदेशकांचं बोलणं शांतपणे ऐकून घेतल्यानंतर दोघांनाही काही गोष्टी पटल्या. दोघांनीही आत्मपरीक्षण करण्याचा आणि आपला 'प्रोबेशन पीरियड' पूर्ण करण्याचा निर्णय घेतला.

सासर-माहेर सांगड गरजेची

मुलीचं लग्न झालं की, आपल्याकडे वर्षभर अनेक सण-समारंभ साजरे केले जातात. त्यात जावयाला काही ना काही मौल्यवान दिलं जातं. अनेकांची तसं काही देण्याची परिस्थिती नसते, मात्र परंपरा म्हणून करावं लागणारच, अशी अनेकांची धारणा असते. खरंच तशी आवश्यकता आहे आणि असावी का? आणि काहीही मागणी नसताना हौसेखातर केलं तर त्याला काय म्हणावं?

अपूर्वा अनितातांईकडे आली, तेव्हा रागातच होती. आल्या आल्या तिने पर्स बाजूला भिरकावून दिली. डायनिंग टेबलावर ठेवलेलं पाणी गटगटा प्याली आणि शेजारच्या खुर्चीत बसून राहिली. लेकीचं काहीतरी बिनसलंय, हे समजण्याएवढ्या अनितांताई सुज्ञ होत्या. त्याही तिच्याजवळच्या खुर्चीत बसल्या आणि त्यांनी तिला विचारलं, “ऑफिसमधून लवकर निघालीस का? काही झालंय का ऑफिसमध्ये? टेन्शन आहे का कसलं?”

“आई, मला ऑफिसमध्ये कसलंही टेन्शन नाहीये. मला तुमचंच टेन्शन आलंय.”

“अपू, अग, आमचं कसलं टेन्शन? मला काय झालंय?”

“आई, अग, तू विक्रमच्या आणि त्याच्या घरच्यांच्या बाबतीत जे वागते आहेस, त्याचंच टेन्शन आलंय मला. तू आणि बाबांनी माझं लग्न थाटामाटात लावून दिलं. त्यासाठी बाबांनी कर्ज काढलं. इतके दिवस एक-एक ग्रॅम करून जमवलेल्या सोन्याचे दागिने तू मला करून घातलेस. प्रत्येक सणाला रीतिरिवाजानुसार काहीतरी देणं सुरूच आहे आणि आता मला दिवस गेले आहेत, तर माझ्या बाळंतपणाची, त्यासाठीच्या खर्चाची जबाबदारीही तुम्हीच घेणार, असं तू माझ्या सासूबाईंना सांगितलंस? या सगळ्या खर्चाची जबाबदारी तुम्ही का घ्यायची? माझ्यासाठी तुम्ही किती करणार आहात? मुलीकडच्यांनीच हे सगळं का करायचं? माझा कोणताही खर्च आता तुम्ही करायचा नाही. माझ्या सासरकडच्या लोकांना तशीच सवय लागेल. जावई म्हणून विक्रांतच्या एवढं पुढेपुढे करण्याचीही काहीच गरज नाहीये. तुमच्या वेळेला सगळं असं असेल; पण आता जमाना बदललाय.”

अपूर्वा बोलतच होती. आई-वडील तिच्यासाठी जे काही करत होते, त्याचं तिला ओझं वाटत होतं. मुली शिकलेल्या, नोकरी-व्यवसाय करणाऱ्या असल्या, तरी आजही लग्नात वरपक्षाचं वर्चस्व अधिक असतं. मुलाकडच्यांच्या म्हणण्यानुसार सगळं व्हायला हवं; त्यांची मर्जी सांभाळायला हवी, याचं भान वधूपक्षाला ठेवावं लागतं. नेमकं हेच अपूर्वाला आवडत नव्हतं. लग्न झाल्यानंतरही तिच्या आई-बाबांनी प्रत्येक सण रीतिरिवाजानुसार केला होता. दसऱ्याला सोन्याचं आपट्याचं पान, दिवाळीच्या पाडव्याला सोन्याची अंगठी, संक्रांतीच्या सणाला तिळगूळ घातलेली चांदीची वाटी असं काही न काही देणं सुरूच होतं. हे सगळं का करायचं, असं तिला वाटत होतं. मुलीचं लग्न करून दिल्यानंतरही तिच्या आई-वडिलांनी ही जबाबदारी घ्यायची, हे तिला पटत नव्हतं. आपल्या आई-बाबांना या सगळ्याचं ओझं होत आहे, असं तिचं म्हणणं होतं. हे सर्व बोलायला म्हणून ती आईकडे आली होती.

अनितातार्ईंना अपूर्वाच्या बोलण्याचा रोख समजला होता. आपल्यामुळे आपल्या आई-वडिलांना त्रास होतोय, याचं तिला वाईट वाटत होतं, हे त्यांना कळलं. तशी आपली मुलगी पहिल्यापासून स्वाभिमानी आहे, कुणाकडूनही काहीही घ्यायला तिला अजिबात आवडत नाही, हा तिचा स्वभाव त्यांना माहीत होता. अनेक मुली लग्न झालं, तरी हक्काने आई-वडिलांकडून काही ना काही मागून घेतात, स्वतःचा अधिकार गाजवतात, हेही त्यांनी पाहिलं होतं; पण अपूर्वा वेगळी

होती. ती वेगळ्या पद्धतीने विचार करतेय, याचं अनितातार्ईंना कौतुक वाटलं; पण त्याचबरोबर त्यांच्या हेही लक्षात आलं, की तिच्या मनात निर्माण झालेले गैरसमज आणि सासरच्या लोकांबद्दलचा दुजाभाव दूर करायला हवा. हेच विचार घेऊन ती पुढे गेली, तर सासर अन् माहेर यांतील अंतर कमी होण्याऐवजी ते वाढत जाईल, असं त्यांना वाटलं. तिला शांत करणं आणि तिच्या विचारांमध्ये सकारात्मकता निर्माण करणं महत्त्वाचं आहे, हे त्यांनी ओळखलं.

"अप्पू बेटा, मी तुझ्या आवडीचे रवा-बेसनाचे लाडू केलेत. एक खाऊन बघ बरं आधी. कसा झालाय ते सांग मला. आणि हो, या दिवसांत डाएट वगैरे काही करायचं नाही हं. भरपूर खायचं. आता दोन जिवांची आहेस तू. रागराग, चिडचिड तर अजिबात करायची नाही. मन अगदी प्रसन्न ठेवायचं."

लाडू खाल्यानंतर अपूर्वा थोडी रिलॅक्स झाल्याचं पाहून अनिताताईंनी तिच्याशी बोलायला सुरुवात केली, "हे बघ, अपूर्वा, प्रत्येक आई-वडील आपल्या मुलीच्या लग्नाचं स्वप्नं बघत असतात. मुलगी लहान असल्यापासून ते तिच्या लग्नासाठी काहीतरी आर्थिक नियोजन करतात. मग ती गुंतवणूक पैशांची असो किंवा सोन्याची. आपली आर्थिक स्थिती तशी चांगली असल्यामुळे तुझ्या वयाच्या पाचव्या वर्षापासून आम्ही हे नियोजन केलं होतं. तुला विक्रमचं स्थळ मिळाल्यानंतर लग्नामध्ये तुला किती दागिने घालायचे, लग्न कशा पद्धतीने

मुलीचं लग्न झाल्यानंतर ती माहेरचं घर सोडून सासरी राहण्यासाठी जाते, तेव्हा तिला त्या घरात रुळायला वेळ लागतो, ज्या घरात तिचं बालपण गेलेलं असतं त्या ठिकाणी तिला पाहुणी म्हणून यावं लागतं, अशी आपण परकं झाल्याची भावना तिच्या मनात निर्माण होऊ नये म्हणून, लग्न झाल्यानंतर पहिल्या वर्षात येणारे विविध सण माहेरी आणि सासरी सर्वांनी एकत्र येऊन करावे, अशी प्रथा आहे. यांमधून दोन्ही घराण्याच्या संस्कारांची ओळख होते. नवदांपत्याने यापुढे कसं वागावं, याची शिकवण यातून मिळते. यामध्ये देण्या-घेण्याचा भाग गौण आहे. आपापल्या इच्छेनुसार व क्षमतेनुसार हे सर्व करायचे असते.

करायचं, याबाबत त्याच्या आई-वडिलांच्या कोणत्याही अटी कधीच नव्हत्या; परंतु आमचं स्वप्न होतं म्हणून आम्ही तुझं लग्न थाटामाटात करून दिलं. आम्ही आमच्या हौसेने लेकीसाठी दागिने केले.”

“लग्न झाल्यानंतर मुलगी माहेरचं घर सोडून सासरी राहण्यासाठी जाते, तेव्हा तिला त्या घरात रुळायला वेळ लागतो. ज्या घरात तिचं बालपण गेलेलं असतं, त्या ठिकाणी जसं तिला पाहुणी म्हणून यावं लागतं, तशी आपण परकं झाल्याची भावना तिच्या मनात निर्माण होऊ लागते. तसं होऊ नये म्हणून, लग्न झाल्यानंतरच्या पहिल्या वर्षात, आपल्या परंपरेप्रमाणे येणारे विविध सण माहेरी आणि सासरी सर्वांनी एकत्र येऊन साजरे करावेत, अशी प्रथा निर्माण झाली. यामधून दोन्ही घराण्यांच्या संस्कारांशी ओळख होते. नवदांपत्याने यापुढे कसं वागावं, याची शिकवण यातून मिळते. यामध्ये देण्याघेण्याचा भाग गौण आहे. आपापल्या इच्छेनुसार अन् क्षमतेनुसार ते सगळं करायचं असतं. काही लोकांनी या प्रथेचं अवडंबर केलं आणि त्यामुळे माहेरहून हक्काने या गोष्टी मिळाल्याच पाहिजेत, अशी जबरदस्ती नव्याने लग्न होणाऱ्या मुलीकडून होऊ लागली. मग ही प्रथा माहेरच्यांना त्रासदायक वाटू लागली. तुझ्या बाबतीत तशी गोष्ट नाही. आम्ही जे करतो आहोत, ते मनापासून, आनंदाने आणि आमच्या लेकीसाठी करतो आहोत. आमच्यावर कुणाचीही जबरदस्ती नाही.”

“लग्न झाल्यानंतर जेव्हा मुलगी पहिल्यांदा गरोदर राहते, तेव्हा ती एका वेगळ्या भावनिक अवस्थेमध्ये असते. जोडीदाराबरोबरच तिला आपल्या आईच्या सहवासाचीही गरज असते; त्यामुळेच पहिलं बाळंतपण माहेरी व्हावं, अशी प्रथा आहे. तो खर्च कुणी करायचा, हे दोन्ही घराच्या संमतीने ठरवायचं असतं. अशा प्रथांचा चुकीचा अर्थ काढून, लग्न झाल्यावरही मुलीची सगळी आर्थिक जबाबदारी तिच्या माहेरच्यांनी स्वीकारावी, अशी जबरदस्ती काही वेळा केली जाते. मुलीला माहेरून गोष्टी घेऊन येण्यासाठी त्रास दिला जातो. हे चुकीचंच आहे; परंतु सगळ्याच ठिकाणी सासरचे लोक मतलबी असतात अन् त्यांना मुलीच्या माहेरच्या लोकांना त्रास द्यायचा असतो, असा समज करून घेणं चुकीचं आहे. आमच्या माघारी सगळं तुझंच आहे. त्यामुळे काही गोष्टी आम्ही आधीच देतोय, इतकंच. पण, ते आम्ही द्यायलाच हवं, असं तुला अजिबात वाटत नाही, हे तुझं वेगळेपण आहे. याचं मला कौतुक आहे.”

"बेटा, आम्हांला त्रास होतो, आमचा खर्च होतो, याचं जे ओझं तू मनावर बाळगलं आहेस ना, ते आधी कमी कर. तुझं लग्न झालं असलं, तरी तू या घराचाही एक भाग आहेस. अनिकेत आणि तू आम्हांला वेगळे नाही आहात. मुलग्याला अन् मुलीला वाढवताना आम्ही दोघांना समान वागणूक दिलेली आहे. दोघांसाठी सगळं सारखंच केलं आहे; त्यामुळे तुझा कोणताही त्रास आम्हांला होत नाही. सासरची माणसं आणि माहेरची माणसं या दोन विरुद्ध पार्टी नव्हेत. तुझ्या मनात सासरच्या लोकांबद्दल कोणताही आकस राहू नये आणि तू सासर अन् माहेर यांची योग्य सांगड घालावीस, असं मला आणि तुझ्या बाबांनाही वाटतं."

आईच्या बोलण्याचा अपूर्वा विचार करत होती आणि त्याचा मनातल्या मनात अर्थही लावत होती. ती म्हणाली, "हो आई, विक्रम आणि माझ्या सासरची इतर माणसं चांगली आहेतच. त्यांनाही वाटतं, की हिचे आई-बाबा हिच्यासाठी खूप करतात. तुमच्या उत्साहावर त्यांनी कधी विरजण घातलं नाही. तुमच्या इच्छेप्रमाणे सगळं करून घेतलं; परंतु माझाच गैरसमज झाला होता. तुझ्या बोलण्याचा मी नक्की विचार करेन. आता मी सासर आणि माहेर दोन्हीकडचं कोडकौतुक करून घेणार आणि माझं कुटुंब मोठं झालंय, याचा आनंद घेणार."

अपूर्वाचं बोलणं ऐकून अनितातार्इंच्या मनावरचं दडपण कमी झालं. लेकीच्या आवडीची कडक कॉफी तयार करण्यासाठी त्या स्वयंपाकघराकडे वळल्या.

जोडीदार : कल्पनेतील आणि वास्तवातील!

लग्नापूर्वी जोडीदाराविषयी प्रत्येकाने आपल्या मनात एक कल्पनाचित्र रेखाटलं गेलेलं असतं; पण वास्तवात ती व्यक्ती तशी असतेच असं नाही बऱ्याच वेळा ती वेगळीच असते काय करावं अशा वेळी? आपल्या भारतीय संस्कृतीत लग्न हा एक संस्कार आहे. या नात्यात कोणत्याही प्रसंगात एकमेकांना सांभाळून घेणं, साथ देणं महत्त्वाचं असतं. कसं पेलवायचं वास्तव?

"मानसी, लग्नाला चारच महिने झालेत आणि लगेच तुझी लग्न मोडायची तयारी झालीसुद्धा? भातुकलीचा खेळ आहे का हा, असा डाव मोडायला?"

"काकू, मिळालेला जोडीदार आपल्या मनासारखा नाही, हे लक्षात आल्यावर उगाचच त्या बंधनामध्ये अडकून राहण्यात काय अर्थ आहे? आमचं 'अरेंज्ड् मॅरेज' आहे. मी काही त्याच्या प्रेमात-बिमात नाही. लग्न झाल्यानंतर त्याच्या वागण्यातले बारकावे माझ्या लक्षात आले. सुरुवातीच्या दिवसांतच माझा त्याच्यावरचा

विश्वास उडाला. सुरुवातच खोटेपणाची असेल, तर अशा व्यक्तीबरोबर माझं आयुष्य कसं जाणार?"

"लग्न झाल्यानंतर सुरुवातीच्या काळात काही गोष्टी खटकतातच. सगळंच आपल्याला हवं तसं मिळतं का?"

"होय, काकू, हे मला माहीत आहे आणि त्या बाबतीत तडजोड करण्याची माझी मानसिक तयारी आहे; पण माझा जोडीदार कसा असावा, याविषयी लग्नापूर्वी माझे काही ठाम विचार होते आणि त्याप्रमाणे मी जोडीदाराचा शोध घेत होते. ज्या गोष्टी मला बिलकुल चालणार नाहीयेत, त्या गोष्टींना मी 'रेड सिग्नल' दाखवला होता. ज्या गोष्टींबाबत मी तडजोड करून पुढे जाऊ शकते, त्या गोष्टींना मी 'यलो सिग्नल' दाखवला होता आणि ज्या गोष्टी मला चालतील, त्या गोष्टींसाठी माझा 'ग्रीन सिग्नल' होता. मला ड्रिंक्स घेणारा मुलगा अजिबात नको होता. कधीतरी नॉन-व्हेज खाणं मी मान्य केलं होतं. आणि, अध्यात्माची आवड असणारा, सकारात्मक विचार करून पुढे जाणारा, रोज व्यायाम करणारा मुलगा मला अगदीच चालणार होता. काही गोष्टींमध्ये मी तडजोड करायला नक्कीच तयार होते; पण काकू, लग्नानंतर मला समजलं, की मंदार खूप आवडीने वारंवार नॉनव्हेज खातो, सिगारेटही ओढतो आणि आठवड्यातून एकदा तरी त्याला ड्रिंक हवंच असतं. कोणत्याही गोष्टीबद्दल नकारात्मक विचार त्याच्या मनात आधी येत असतात. आयुष्य कसं जगायचं, या बाबतीत त्याचे कोणतेही ठाम विचार नाहीत आणि अध्यात्माचा तर त्याला गधही नाही. अशा व्यक्तीबरोबर मी आयुष्य कसं काढणार?"

मानसी स्वतःचे सर्व मुद्दे काकूला सांगत होती आणि 'एकदा लग्न केलं, की तडजोड आलीच,' हा मुद्दा काकू मानसीला पटवून देत होती. लग्नाच्या बाबतीत सध्याची मुलं कशा पद्धतीने विचार करतात, हे काकूच्या लक्षात येत होतं. 'पूर्वी आई-वडील म्हणतील त्या मुलाशी/मुलीशी लग्न करायचं, एवढंच मुलांना माहीत होतं. सगळी चौकशी आई-वडील करायचे. आपल्या मुलांसाठी योग्य काय आणि अयोग्य काय, हे पालक ठरवत होते; पण आताच्या मुलांना विचारस्वातंत्र्य आणि निर्णयस्वातंत्र्य आहे. आपला जोडीदार कसा असावा, या बाबतीत त्यांचे विचार स्पष्ट आहेत आणि त्या बाबतीतला अट्टहासही,' हे काकूला जाणवलं.

"मानसी; पण तुला हवा तसा तो नाही म्हणून तू लग्न मोडलंस, तरी तुला हवा तसाच जोडीदार पुन्हा मिळेल, याची काय खात्री?"

"काकू, मला हवा तसा कदाचित मिळणारही नाही; पण म्हणून, ज्याने माझा विश्वासघात केला, त्याच्याबरोबर मी कसं राहू? तो जसा आहे, तसा मी स्वीकारला असता; पण लग्नापूर्वी त्याने मला सगळ्या गोष्टी खऱ्या सांगायला हव्या होत्या. केवळ माझ्यावर प्रभाव पाडण्यासाठी तो माझ्याशी अनेक गोष्टींत खोटं बोलला."

मानसी तिच्या विचारांवर ठाम होती. स्वतःच्या जोडीदाराबाबतच्या तिच्या कल्पना ती वर्णन करून सांगत होती, "मला ज्याचा आधार वाटेल, जो माझी संपूर्ण जबाबदारी घेईल असा भक्कम जोडीदार मला हवा होता. ज्याच्याशी मी मनमोकळं बोलू शकेन, ज्याच्याबरोबर मी माझं लाइफ एन्जॉय करू शकेन, ज्याच्याबरोबर बिनधास्त कोठेही भटकू शकेन, जो माझ्या मनातलं सगळं ओळखेल, माझी काळजी घेईल, आयुष्यातल्या प्रत्येक क्षणात मला साथ देईल, असा जोडीदार मिळावा अशी माझी अपेक्षा होती; पण मंदार खूपच वेगळा आहे. मला काय हवं आहे, हे त्याला कळतच नाही. हनिमूनला गेल्यावर त्याने मला गिफ्ट तर दिलंच नाही; पण मी मागितलेल्या वस्तूही घेऊन दिल्या नाहीत. 'आपल्या देशात हे सगळं मिळतं; उगाच ओझं कशाला घेऊन जायचं,' हे त्याचे विचार होते. मला ड्रिंक्स घेणं आवडत नाही, हे माहीत असूनही, 'आपण इथं एन्जॉय करण्यासाठी आलो आहोत; एखादा पेग घेतला तर कुठं बिघडलं?' असं त्याचं म्हणणं होतं. दुसरीकडे, एन्जॉय करण्यासाठी काही वॉटर राइड्स घेऊ, थ्रिल करू म्हटलं, तर तिथं हा घाबरत होता. काकू, त्याला साधं पोहायला येत नाही. तो पाण्याला घाबरतो म्हणे. मला त्याच्याबरोबर 'हनिमून ट्रिप' एन्जॉयच करता आली नाही. असं कुठं वागणं असतं का?"

मानसीचे विचार ऐकून ती अजूनही लग्न आणि जोडीदार या बाबतीत 'फॅण्टसी'मध्ये आहे, हे काकूच्या लक्षात आलं. प्रत्येक व्यक्तीचा आयुष्याबद्दलचा दृष्टिकोन वेगवेगळा असतो; आवडीनिवडी वेगवेगळ्या असतात; 'एन्जॉय' करण्याच्या कल्पनाही वेगवेगळ्या असतात, हे तिला पटवून सांगणं आवश्यक होतं, असं काकूला वाटलं.

"मानसी, तू म्हणतेस ते अगदी बरोबर आहे, की त्याने तुझ्यावर स्वतःचा प्रभाव पाडण्यासाठी काही गोष्टी सांगितल्या; पण प्रत्यक्षात तो वेगळा आहे, हे लग्न झाल्यानंतर तुझ्या लक्षात आलं. तुझ्या विश्वासाला तडा गेला. या बाबतीत

लग्न आणि जोडीदार याबाबतीत अनेक वेळा मुले 'फॅन्टसी'मध्ये जगत असतात. जोडीदार कसा असावा याच्या अपेक्षा ठेवणं अजिबात चुकीचं नाही, पण अपेक्षेपेक्षा तो वेगळा असला तरी आयुष्यात काही बेरीज-वजाबाकी करावीच लागते. प्रत्येक व्यक्तीच्या आयुष्याकडे बघण्याच्या संकल्पना आणि दृष्टिकोन वेगळे असतात, आवडी-निवडी वेगळ्या असतात, एन्जॉय करण्याच्या कल्पनाही वेगळ्या असतात. वैवाहिक नात्यांसाठी योग्य काय, अयोग्य काय याचा विचार दोघांनीही करायला हवा.

मंदार नक्कीच चुकला आहे; पण त्याच्यात काही चांगले गुणही असतील, त्यांच्याकडे तू पाहिलं आहेस का? तुला आवडलेल्या ठिकाणी परदेशात तो तुला हनिमूनसाठी घेऊन गेला. त्याने तुला काही वस्तू घेऊन दिल्या नाहीत; पण तुझ्या आई-बाबांसाठी, भावा-बहिणीसाठी त्याने आवर्जून गिफ्ट्स आणली. तुमच्या कुलदेवतेला जाताना तो तुझ्या आई-वडिलांना बरोबर घेऊन गेला, तेव्हा तुझ्या बाबांना त्रास झाला होता. त्यावेळी तर त्याने किती काळजी घेतली! तुझ्या वाढदिवसाला त्याने तुझ्या मित्र-मैत्रिणींसाठी खास पार्टी अरेंज केली होती. त्याच्या वागण्यातल्या या चांगल्या गोष्टी तू विचारात घेतल्या नाहीस का? तुझ्या जशा जोडीदाराबाबतच्या काही कल्पना आहेत, तशा त्याच्याही असतील ना? त्या सगळ्यांमध्ये तू परफेक्ट बसली असशील, असं नाही. काही गोष्टी त्यानेही दुर्लक्षित केल्या असतीलच की. जोडीदार कसा असावा याबद्दलच्या अपेक्षा ठेवणं अजिबात चुकीचं नाही; पण अपेक्षेपेक्षा तो वेगळा असला, तरी हे लक्षात घेतलं पाहिजे, की आयुष्यात बेरीज-वजाबाकी करावीच लागते. काही गोष्टी आयुष्यात पुढे जाण्यासाठी धोकादायक आहेत, असं लक्षात आलं, तर नातं पुढे जाऊ न देण्याचा निर्णय घेणं नक्कीच योग्य असतं; पण जर गोष्टी सुधारता येण्यासारख्या आहेत आणि भविष्यावर त्यांचा परिणाम होणार नाही, असं दिसत असेल, तर नातं टिकवण्याचा जरूर प्रयत्न करावा."

“मानसी, अग, मंदार तुझ्या कल्पनेतला नव्हे, तर वास्तवातला जोडीदार आहे. त्याच्या सवयी तुला त्रासदायक वाटत असतील; पण त्या लग्नच मोडायला हवं अशा नाहीत. त्याला काही बदल करायला सांगितले, तर नातं टिकवण्यासाठी तो नक्कीच ते करेल. काही गोष्टी तू स्वीकारल्यास तर पुढे जाणं शक्य होईल. नात्यांसाठी योग्य काय, अयोग्य काय याचा विचार दोघांनीही करायला हवा. आपल्या भारतीय संस्कृतीत लग्न हा एक संस्कार आहे. कुठल्याही प्रसंगात एकमेकांना सांभाळून घेणं, साथ देणं हे या नात्यात महत्त्वाचं असतं. मानसी, तू पुन्हा एकदा सगळ्या गोष्टींचा विचार कर. कोणताही निर्णय घेण्याची घाई करू नकोस.”

“काकू, तू म्हणते आहेस, त्याचा मी पुन्हा विचार करते. भावनेच्या भरात कोणताही निर्णय घेणं योग्य नाही, हे मला पटतंय. कल्पनेच्या जगातून बाहेर येण्याचा मी नक्की प्रयत्न करेन.”

‘मानसी आज विचार करते म्हणाली, हेही नसे थोडके,’ असं काकूला वाटलं. यातून काहीतरी चांगलं घडावं, यासाठी प्रयत्न सुरू ठेवायचा, असं तिने ठरवलं. बऱ्याच वेळा ज्येष्ठांचे अनुभवाचे बोल उपयोगी पडतात, ते असे.

निर्णयाची घाई कशाला?

अनेकदा मनाविरुद्ध एखादी गोष्ट घडली की, आपल्याला वाटतं म्हणून त्यातून सोयीस्कर अर्थ काढला जातो. अनेकदा तो नीट विचार न करता घाईने काढला गेलेला असतो. त्याचे दुष्परिणामच अधिक असतात. नाती जोडताना आणि तोडण्याचा विचार करतानाही घाई महागात पडते कशी टाळावी ही घाई?

माधवीचा फोन आला म्हणून मुग्धा घाईघाईने तिच्या घरी आली. "मुग्धा, अग, लग्न तीन आठवड्यांवर आलंय आणि नूपुर म्हणतेय, की मला हे लग्न करायचं नाहीये. तूच सांग, आता काय करायचं?"

"माधवी, अग, तिच्या मर्जीनेच तर आपण सगळं ठरवलंय. साखरपुडा थाटामाटात झाला; सगळी खरेदी मनासारखी झालीये. मग आता बिनसलं कुठं?"

"मुग्धा, खरं तर अगदी किरकोळ गोष्ट आहे; पण नूपुरने तिचा खूपच बाऊ केला आहे. लग्नाचं कार्यालय तिला जे हवं होतं, ते मिळालं नाही. तिला फुलांची सजावट न करता ग्रीन वॉलची सजावट हवी होती; पण नचिकेतच्या घरच्यांना तसं नकोय. लग्नाच्या वेळेस स्वागताला रेशमी कपड्यांच्या पायघड्या घालू, असं तिचं म्हणणं होतं; पण त्यांना गुलाबाच्या पाकळ्यांच्या पायघड्या हव्या आहेत.

अशा अनेक गोष्टी आहेत. आता तूच सांग, की व्याही मंडळींचं म्हणणं ऐकायला हवंच ना? आज जेवणाचा मेनू ठरवायचा होता. नूपुरने कितीतरी दिवस आधीच ठरवून ठेवलं होतं, की तिच्या लग्नाच्या जेवणातलं स्वीट हे 'अंगूर मलई' असेल; पण त्यांना 'गुलाबजाम' हवाय. तिला गुलाबजाम अजिबात आवडत नाहीत; पण त्यांच्या इच्छेनुसार आम्ही मेनू ठरवला आणि आता ही इतकी रागावलीये, की 'मला हे लग्नच करायचं नाही,' असं म्हणतेय. मला खूप टेन्शन आलंय. तू एकदा तिच्याशी बोलून पाहतेस का?"

"माधवी, लग्न नूपुर आणि नचिकेतचं आहे; त्यामुळे तिच्या इच्छेचाही विचार तुम्ही करायलाच हवा. वरपक्षाची बाजू वरचढ असते आणि लग्नात त्यांचंच सगळं ऐकायला हवं, अशी परिस्थिती आता राहिलेली नाही. आता मुली शिकलेल्या आहेत. त्यांनाही त्यांचे विचार, त्यांच्या इच्छा आहेत. मुलींनीसुद्धा आपल्या लग्नाची स्वप्नं बघितलेली असतात. मग त्यांनी का म्हणून स्वतःच्या इच्छा दडपून टाकायच्या? माधवी, अग, सगळ्या गोष्टी नचिकेतच्या किंवा त्याच्या घरच्यांच्या म्हणण्याप्रमाणे होणार नाहीत. नूपुरच्याही मनातील काही गोष्टी पूर्ण करायच्या आहेत, हे तू त्यांना मोकळेपणाने सांगायला हवंस. ते लोक काय म्हणतील, याचा विचार करून तू स्वतःचा ताण का वाढवून घेतेयस?"

लगेच माधवी म्हणाली, "मुग्धा, अग, तू तिला समजावून सांगावंस म्हणून मी तुला बोलावलं; पण तू तर तिचीच बाजू घेतेयस."

कुणीतरी आपली बाजू घेतंय, हे बघून नूपुरला छानच वाटलं. ती मावशीच्या जवळ जाऊन बसली. मुग्धानेही तिला जवळ घेतलं आणि म्हणाली, "अग वेडाबाई, एवढ्याशा कारणावरून थेट लग्न मोडण्याची भाषा करायची नसते. तू स्वतः नचिकेत आणि त्याच्या आई-वडिलांशी बोलून घे. कदाचित तुला काय हवंय किंवा काय आवडतंय, हे त्यांना माहीतसुद्धा नसेल. तुझ्या आवडीनिवडींचा, विचारांचा तेही आदर करतील; पण एक लक्षात ठेव, की सगळ्याच गोष्टी तुझ्या इच्छेप्रमाणे घडतील, असं नाही. दुसऱ्याचं मनही वाचता यायला हवं. तू जो निर्णय घेणार आहेस, त्याचा तुझ्या आई-वडिलांच्या मनावर काय परिणाम होणार आहे; तुझ्या भविष्यावर काय परिणाम होणार आहे, या गोष्टींचाही विचार व्हायला हवा. तू निर्णय घेतलास; पण 'आता पुढे काय?' हा प्रश्न आई-बाबांना सतावतोय. तुझ्या आयुष्यात आनंदाचे क्षण यावेत, तू सुखी व्हावीस; म्हणून तर हा सगळा

वरपक्षाची बाजू वरचढ असते आणि लग्नात त्यांचंच सगळं ऐकायला हवं, अशी परिस्थिती आता राहिलेली नाही. आता मुलीही शिकलेल्या आहेत, त्यांनाही त्यांचे विचार, त्यांच्या इच्छा आहेत. मुलींनीसुद्धा त्यांच्या लग्नाची स्वप्नं बघितलेली असतात, मग त्यांनी स्वतःच्या इच्छा का दडपून टाकायच्या? पण केवळ आपल्या इच्छेप्रमाणे घडले नाही म्हणून नातं तोडण्याची घाई करायला नको. दुसऱ्याचं मनही वाचता यायला हवं, नाण्याची दुसरी बाजूही बघायला हवी.

खटाटोप सुरू आहे. तुझ्या आनंदापेक्षा मोठ्ठं त्यांच्यासाठी काहीही नाही. त्यामुळे नीट विचार करून निर्णय घे."

मावशीचं बोलणं ऐकून नूपुर तिच्या गळ्यात पडून रडू लागली. मुग्धाने तिला थोपटलं आणि म्हणाली, "चल, खूप कामं बाकी आहेत. मेंदीसाठी संगीतची तयारी करायची आहे आणि हो, पार्लरमध्ये जाऊन ये. तुला लग्नात खूप छान दिसायचंय ना?"

"हो, मावशी," असं म्हणून नूपुरने डोळ्यातले अश्रू बाजूला सारले आणि ती कामाला लागली. तिच्याकडे बघून माधवीही निश्चिंत झाली.

त्याचे पैसे तिचे... मग तिचे पैसे?

संसाराची जबाबदारी दोघांचीही, असं एकदा स्वीकारल्यावर तुझा-माझा पैसा अशी विभागणी असावी का? आणि कितपत? घरातील पुरुषानेच आर्थिक जबाबदारी घ्यावी का? स्त्री कमावती असेल तर तिच्यावर आर्थिक जबाबदाऱ्या असाव्यात का? त्याच्या सर्व पैशांवर तिचा हक्क असतोच, मग तिच्या पैशांवर त्याचा हक्क असेल?

"नलिनी, बघितलंस. नवरोबाचा– सुजयचा— मेसेज आलाय, 'होम लोनच्या हप्त्यासाठी पैसे कमी पडताहेत. पन्नास हजार रुपये ट्रान्सफर कर.' दोन महिन्यांपूर्वी त्याने माझ्याकडून चाळीस हजार रुपये घेतले होते. त्यातले दहा हजार त्याने मला अजूनही परत केलेले नाहीत. तरीसुद्धा आता पुन्हा पैशांची मागणी. याला फक्त माझ्याकडून पैसे काढायचे असतात."

"सलोनी, अग, त्याला काहीतरी अडचण असेल; म्हणून त्याने तुझ्याकडे पैशाची मागणी केली असेल ना?"

"त्याला नेहमीच अडचण असते. मागच्या महिन्यात सासऱ्यांचं आजारपण झालं. या महिन्यात सासूबाईंचं आजारपण आणि नणंदेच्या घरचा कार्यक्रम झाला. मग पैसे कमी पडले, की घराचे हप्ते फेडणं त्याला जमत नाही. प्रत्येक वेळी

> लग्न झाल्यानंतर हा तुझा पैसा... हा माझा पैसा असं काही नसतं आणि नसावं. संसार दोघांचा असतो, मग संसाराची जबाबदारीही दोघांनी घ्यावी. आताच्या पिढीत प्रत्येक मुलींना स्त्री-पुरुष समानता हवी आहे, प्रत्येक क्षेत्रात स्त्री-पुरुषांसोबत काम करू शकते, मग संसारातील आर्थिक जबाबदाऱ्या घेताना, पुरुषानेच सर्व करायला हवं हा अट्टाहास का? संसाराच्या अडीअडचणीत पत्नीने त्याला बरोबरीने साथ द्यायला हवी, दोघंही बरोबरीने कमावत असतील तर मग आर्थिक जबाबदारीही बरोबरीने घ्यायला हवी.

काहीतरी कारणं सुरूच असतात. त्याने आधीच या सगळ्याची व्यवस्था करायला नको का?"

"अग, पण आजारपण काही सांगून येतं का? काही अडचणी ऐनवेळीच येतात. त्यांतून मार्ग काढावाच लागतो."

"ऐनवेळी येणाऱ्या अडचणींसाठीही पैशांची व्यवस्था आधीच करून ठेवावी लागते. सासू-सासरे दोघांचाही मेडिक्लेम आहे; पण अगोदर खर्च याला करावा लागतो. मग तेवढे पैसे त्याने बाजूला काढून ठेवायला हवेत. लग्नसमारंभ, नातेवाइकांचे कार्यक्रम हे सगळं सुरू असणारच. त्याचाही फंड वेगळा ठेवायला हवा. काहीतरी नियोजन असायला हवं. सतत बायकोच्या पैशांवर डोळा कशाला?"

"सलोनी, अग, तू कुणी वेगळी आहेस का? लग्न झाल्यावर त्याचे नातेवाइक तुझे कुणी नाहीत का? घरखर्चासाठी तू थोडा हातभार लावलास, तर बिघडलं कुठं? आणि, त्याने सगळ्या खर्चाचं नियोजन करून टू-बीएचके फ्लॅट घ्यायचं ठरवलं होतं; पण तुझ्या हट्टापायी त्याने थ्री-बीएचके फ्लॅट बुक केला. मग हप्ते भरताना त्याची आता ओढाताण होतेय, तर तू त्याला मदत करणं अपेक्षित आहे. शिवाय घरावर तुझंही नाव आहेच. मग ती तुझीही जबाबदारी आहे."

"नलिनी, तू त्याची मैत्रीण आहेस की माझी? तू तर त्याच्याच बाजूने बोलते आहेस."

"मी तुझी मैत्रीण आहे; म्हणूनच तू कुठं चुकतेयस, ते मला सांगायचंय."

"नलिनी; पण लग्नाच्या अगोदर त्याने मला सांगितलं होतं, की मला तुझ्या पैशांची गरज नाही. तू नोकरी केलीच पाहिजेस असं काही नाही. तू काही कमवलंस, तरी तुझे पैसे तू गुंतव. मग आता त्याची अपेक्षा का आहे? आमचं जसं ठरलंय, तसंच मी वागतेय. मग माझं कुठं चुकतंय? आणि घराची संपूर्ण जबाबदारी नवऱ्याचीच असते ना? त्यातच त्याचा पुरुषार्थ असतो."

"सलोनी, लग्न झाल्यानंतर हा तुझा पैसा, हा माझा पैसा असं काही नसतं आणि नसावं. संसार तुमच्या दोघांचा आहे ना? मग संसाराची जबाबदारीही दोघांनी घ्यावी. आपल्याला स्त्री-पुरुष समानता हवी आहे; प्रत्येक क्षेत्रात स्त्री पुरुषाच्या बरोबरीने काम करू शकते; मग संसारातल्या आर्थिक जबाबदाऱ्या घेताना, पुरुषानेच सगळं करायला हवं, हा हट्ट का? संसाराच्या अडीअडचणींत पत्नीने पतीला बरोबरीने साथ द्यायला हवी. तुम्ही दोघंही बरोबरीने कमावता, मग आर्थिक जबाबदारीही बरोबरीने घ्यायला हवी. त्याने तुला मदत मागितली, तर 'तुझ्या पैशांवर त्याचा डोळा आहे' असं तुला का वाटावं? त्याचं जे काही आहे ते तुझं, मग तुझं जे आहे, त्याच्यावर त्याचा अधिकार का नसावा? घरातल्या आर्थिक जबाबदाऱ्यांचं ओझं त्याने एकट्यानेच पेलावं, असं तुला का वाटतं?"

नलिनी जे जे बोलत होती, ते ते खरं तर सलोनीला पटत होतं. तिने घरात पैसे द्यायलाच हवेत, असा हट्ट सुजयने कधीच धरला नव्हता. अडीअडचणीच्या वेळी पैसे मागितले, तरी तो तिचे पैसे जमेल तसे परत करत होता. तिच्या पगाराचं ती काय करते, याबाबतही तो कधी विचारणा करत नव्हता. ते कुठं ट्रिपला गेले किंवा बाहेर हॉटेलमध्ये गेले, तरी तो तिच्याकडे पैसे मागायचा नाही. आणि, ती मात्र हे सगळं त्यानेच करायला हवं, असं गृहीत धरत होती. याशिवाय तिचा स्वतःचा प्रवासखर्च, वैयक्तिक खर्च ती स्वतः करते आणि त्याला तो करावा लागत नाही; म्हणून त्याने भेटवस्तू देत राहाव्यात, अशीही तिची अपेक्षा असायची. आपलं चुकतंय, हे सलोनीच्या लक्षात आलं. जरा जास्त खोलात जाऊन आत्मपरीक्षण केल्यानंतर तिला अनेक गोष्टी जाणवल्या. मग तिने सुजयला पन्नास हजार रुपये ट्रान्सफर केलेच.

वर मेसेजही केला, "माझे आणि तुझे पैसे वेगळे नाहीत, मी तुझ्याबरोबर आहे आणि कायम राहीन. काळजी करू नकोस. आय लव्ह यू."

नवरा मुठीत की मिठीत?

नव्या नवलाईच्या दिवसांत नवऱ्याने बायकोचं कोडकौतुक करावं, तिचे हट्ट पुरवावे, तिच्या मागे-मागे करावं. नवरा फक्त आपलाच असावा, अशी प्रत्येक नवविवाहितेची इच्छा असते, परंतु ठरवून केलेल्या लग्नात एकमेकांना, कुटुंबीयांना आधी समजून घेणंही तेवढंच महत्त्वाचं असतं. तरच तो कायम मिठीत राहील ना?

"रितिका, उगाच चिडचिड करू नकोस आणि नको ते आरोपही करू नकोस. तू गैरसमज करून घेतला आहेस." रोहन म्हणाला.

"गैरसमज नाही; आता तर माझी हळूहळू खात्रीच पटत चालली आहे. तू घरात आल्याबरोब्बर तुझी नजर वहिनीचा शोध घेत असते. तिच्यासाठी तू सतत काही ना काही तरी घेऊन येत असतोस. तिच्या आवडीचे पदार्थ आणतोस. घरचा स्वयंपाकसुद्धा तिच्या आवडीचा हवा, असा तुझा कटाक्ष असतो आणि काल तर, सगळी लाज सोडून तू तिचे पाय चेपत बसला होतास. शोभतं का हे तुला?"

"रितिका, तू वहिनीवर आणि माझ्यावर नाही नाही ते आरोप करतीयेस. इतका घाणेरडा आरोप करताना तुला काहीच कसं वाटतं नाही? तिच्या लग्नाला नऊ वर्षं झालीत. खूप प्रयत्न आणि उपचार घेतल्यानंतर आता तिला दिवस राहिले

आहेत; म्हणून तिच्या आनंदासाठी मी काही गोष्टी करतोय. काल तिची तब्येत बरी नव्हती; म्हणून तिचे पाय चेपून देत होतो. मी तिची सेवा केली, तर बिघडलं कुठं?" रोहन समजूतदारपणे सांगत होता.

"तिचा नवरा तिची सेवा करेल ना. तू कशाला पुढेपुढे करतोयस? मला तर संशय येऊ लागलाय, की हे मूल तुमच्या दोघांचं तर नाहीये ना," रितिका चिडून म्हणाली.

"रितिका?" रोहन एकदम ओरडून रितिकावर हात उचलणार, एवढ्यात प्रेमाताईंनी त्याचा हात वरच्यावरच धरला आणि त्या म्हणाल्या, "रोहन, अरे, काय तमाशा चाललाय हा?"

"आत्या, तमाशा मी नाही, ती करतेय. माझ्यावर नको नको ते आरोप करतेय."

"रोहन, मी ऐकलंय सगळं. काहीही झालं, तरी अंगावर हात उचलण्याचे आपल्या घरचे संस्कार नाहीत. तू जा बरं इथून. मी रितिकाशी बोलते." रोहनला कसंतरी शांत करत प्रेमाताईंनी त्याला त्याच्या खोलीत पाठवलं.

रितिकाच्या मनात काय चाललंय, हे प्रेमाताईंना कळलं होतं. रोहन आणि रितिकाच्या लग्नाला अवघे तीन महिने होत होते. नव्या नवलाईच्या दिवसांत नवऱ्याने आपलं कोडकौतुक करावं; आपले हट्ट पुरवावेत; आपल्या मागे मागे करावं, अशी प्रत्येक नवविवाहितेची इच्छा असते. रितिकाचीही तीच इच्छा होती; पण रोहन त्याच्या वहिनीकडे अधिक लक्ष देत होता, हे तिला खटकत होतं. मनाविरुद्ध घटना घडली, की मनुष्य स्वतःचा विवेक हरवून बसतो. तसंच रितिकाचं झालं होतं. तिच्या मनातील विचारांना योग्य वळणावर आणण्यासाठी प्रेमाताईंना तिच्याशी बोलावंच लागणार होतं.

"रितिका, आपल्या बोलण्याचा दुसऱ्याच्या मनावर काय परिणाम होईल, याचा विचार बोलण्याआधी करणं खूप गरजेचं असतं. रमावहिनी आणि राघवदादा यांचं रोहनच्या आयुष्यात खूप महत्त्वाचं स्थान आहे. राघव आणि रोहनमध्ये दहा वर्षांचं अंतर आहे. राघवचं लग्न झालं, तेव्हा रोहन अगदी लहान होता. आईच्या निधनानंतर राघवने एका वर्षाच्या आत लग्न केलं. मग केवळ घरातल्या कर्त्या स्त्रीचीच नव्हे, तर रोहनच्या मनातल्या आईचीही जागा रमावहिनीने घेतली. त्याला हवं नको ते बघणं, त्याचं शिक्षण पूर्ण होऊन त्याला नोकरी लागेपर्यंत त्याचं

लग्न झाल्यावर नवरा फक्त माझाच, त्याने फक्त मलाच महत्त्व द्यावं असं म्हणून इतर नात्यांवर संशय घेणं योग्य नाही. आपल्या मनाविरुद्ध घटना घडली की, स्वतःचा विवेक हरवून जातो, संशय आणि मत्सर हे खूप मोठे शत्रू असतात, त्यांना वेळीच आवर घालायला हवा. आपण ज्या चश्म्यातून बघतो तसंच आपल्याला दिसते. नात्यांचा अर्थ समजून घ्यायला हवेत. त्याने फक्त माझंच ऐकावं, असं म्हणण्यापेक्षा तो कायमस्वरूपी तुमचंच एकेल असं वागायला हवं.

वेळापत्रक सांभाळणं, हे सगळं रमाने केलं. तिने सुरुवातीला केवळ रोहनसाठी मुलाचा विचार केला नाही आणि नंतर मूल होण्यासाठी खूप उपचार घ्यावे लागले. वहिनीने इतके दिवस त्याच्यासाठी सगळं केलं. आता एवढ्या वर्षांनी तिला दिवस गेल्यानंतर त्याने तिची काळजी घेणं साहजिक आहे. बेटा, संशय आणि मत्सर हे खूप मोठे शत्रू असतात; त्यांना वेळीच आवर घालायला हवा. तू ज्या चष्म्यातून बघशील, तसंच तुला दिसेल. तू असं काही बोलत राहिलीस, तर रोहन कोलमडून जाईल; पण त्याची मानसिकता लक्षात घेऊन तू त्याच्याबरोबर उभी राहिलीस, तर तो अखंड तुझ्या प्रेमात राहील. नवऱ्याला आयुष्यभर मुठीत ठेवायचं की मिठीत ठेवायचं, हे आता तुलाच ठरवायचं आहे."

प्रेमाआत्याचं बोलणं ऐकल्यावर रितिका खजील झाली. स्वतःच्या विचारांची तिला लाज वाटली. वहिनीच्या समर्पणाचीही तिला जाणीव झाली. 'रोहनने आपलंच सगळं ऐकावं; आपल्याच म्हणण्याप्रमाणे वागावं आणि केवळ आपल्यालाच महत्त्व द्यावं, असा विचार करून मी त्याला मुठीत ठेवायचा प्रयत्न करत होते; पण तो माझ्यापासून लांब जात होता. माझे विचार मला बदलायलाच हवेत.' असं मनातल्या मनात स्वगत सुरू झालं.

प्रेमाआत्यांना मात्र ती मिश्किलपणे हसून म्हणाली, "आत्या, मुठीतला आणि मिठीतला फरक मला समजला, बरं का."

‘लाँग डिस्टन्स’ लग्नं टिकतात?

बदलत्या काळानुसार लग्नाची समीकरणं आणि पती-पत्नीच्या नात्याच्या जुन्या संकल्पनाही बदलत चालल्या आहेत. मुलांच्या शिक्षणासाठी, जोडीदाराच्या करिअरसाठी अनेकवेळा ‘लाँग डिस्टन्स’मध्ये राहण्याचा निर्णय घ्यावा लागतो, मग ही ‘लाँग डिस्टन्स’ लग्नं टिकतात? काय असायला हवं त्यासाठी नात्यात?

“आरती, तू अविनाशबरोबर परदेशात का जात नाहीस? चारपाच वर्षं त्याला तिकडे राहावं लागणारेय, असं तूच म्हणालीस ना? मुलांना घेऊन तूसुद्धा त्याच्याबरोबर जायला हवंस. तुझी तर खासगी नोकरी आहे; त्यामुळे ती सोडायला काहीच हरकत नाही.” रोहिणीताई आपल्या नातीला समजावून सांगण्याचा प्रयत्न करत होत्या.

आरती आणि अविनाश यांनी आज सर्व नातेवाइकांचं ‘गेट-टुगेदर’ भरवलं होतं. अविनाशला त्याच्या कंपनीकडून परदेशात जाण्याची संधी मिळाली होती आणि पुढच्या आठ दिवसांतच तो तिकडे जायला निघणार होता. सर्वांनी त्याचं अभिनंदन केलं; पण त्याचं असं एकटं जाणं रोहिणीताईंना खटकत होतं.

आरती आपली बाजू आजीला पटवून देऊ लागली, “आजी, माझी नोकरी खासगी असली, तरी ती मिळवण्यासाठी मी खूप कष्ट घेतले आहेत आणि माझ्या नोकरीत मी समाधानी आहे. शिवाय, मुलांना चांगल्या शाळेत ॲडमिशन मिळाली आहे. त्यांचंही रुटीन व्यवस्थित सुरू आहे. अविनाश त्याच्या कंपनीच्या

प्रोजेक्टसाठी परदेशात चाललाय. तो भारतात परत येणारच आहे. मग मी माझं सगळं सोडून त्याच्यामागे कशाला जायचं?"

"आरती, मला तुझ्या संसाराची काळजी वाटते ग. सातासमुद्रापलीकडे चाललेला तुझा नवरा तिथं कसा राहील? कसा वागेल? तो परत येईल का? असे असंख्य विचार माझ्या मनात येतात. तो लीलाचा नवरा... दोन वर्षांसाठी म्हणून दुबईला काय गेला, तो परत आलाच नाही. तिला दुबईला स्थायिक व्हायचं नव्हतं. झालं. संसार मोडला. आणि, ती कमलताईंची सून. मोठ्या हुद्द्यावर नोकरी करते. सतत दौऱ्यावर असायची. कुटुंबापासून बाहेर राहिली. एकटं राहायची सवय झाल्यावर तिला पुन्हा एकत्र कुटुंबात राहणं जमेना. दोघांच्यात दुरावा आला. त्यांचंही लग्न फार काळ टिकलं नाही. अशी खूप उदाहरणं मी बघितली आहेत. असं वेगळं राहण्याने भावनिक दुरावा निर्माण होतो. दोघांच्या नात्यातले खासगी, नाजूक बंध कळत-नकळत तुटत जातात. आरती, अजूनही विचार कर. तू अविनाशबरोबर परदेशात जा. तुझ्या संसाराची काळजी वाटतीये; म्हणून मी तुला सांगतेय."

"आजी, 'लाँग डिस्टन्स'मधली सगळीच लग्नं तुटतात, असं तुला म्हणायचं आहे का? आता परिस्थिती बदललीये. सरकारी अधिकाऱ्यांच्या तर सतत बदल्या होत असतात. प्रत्येक वेळी विंचवाचं बिऱ्हाड पाठीवर घेऊन धावता येत नाही. मुलांच्या शिक्षणासाठी, जोडीदाराच्या करिअरसाठी 'लाँग डिस्टन्स्'मध्ये राहण्याचा निर्णय घ्यावा लागतो. एकमेकांबद्दल विश्वास आणि जोडीदाराच्या कामाचं स्वरूप अन् त्याचं महत्त्व समजून घेण्याची प्रगल्भता दाखवली, तर दूर अंतरावर राहूनही सहजीवनाचा आनंद घेता येतो. व्यक्ती दृष्टीआड झाली, तरी मनाआड होत नाही."

"अग, पण हा विरह, दुरावा स्वतःहून का ओढवून घ्यायचा? फक्त करिअरसाठी आणि पैशांसाठी?"

"आजी, अग, बदलत्या काळानुसार लग्नाची समीकरणं आणि पती-पत्नीच्या नात्याच्या संकल्पना बदलत आहेत. एकमेकांत विरघळून जाऊन, सर्वस्वाचा त्याग करण्यापेक्षा स्वतःचं स्वतंत्र अस्तित्व जपूनही परस्परांवरचं प्रेम अन् जिव्हाळा टिकवता येतो. पूर्वी गावाबाहेर अर्थार्जनासाठी गेलेल्या जोडीदाराची वर्षानुवर्षं गाठ पडायची नाही; त्याच्याशी बोलताच यायचं नाही. तशी परिस्थिती आता राहिलेली नाही. आधुनिक तंत्रज्ञानामुळे आता जग जवळ आलंय. मी आणि मुलं व्हिडिओ कॉल करून अविनाशशी दररोज संपर्क साधू शकतो. एसएमएस, ईमेल,

एकमेकांच्याबद्दलचा विश्वास, जोडीदाराच्या कामाचं स्वरूप आणि त्याचं महत्त्व समजून घेण्याची प्रगल्भता दाखवली की, दूर अंतरावर राहूनही सहजीवनाचा आनंद घेता येतो. बदलत्या काळानुसार लग्नाची समीकरणं आणि पती-पत्नीच्या नात्याच्या जुन्या संकल्पनाही बदलत चालल्या आहेत. एकमेकांत विरघळून जाऊन सर्वस्वाचा त्याग करण्यापेक्षा स्वतःचं स्वतंत्र अस्तित्व जपूनही परस्परांवरचं प्रेम, जिव्हाळा टिकवता येतो. व्यक्ती दृष्टिआड झाली तरी मनाआड होत नाही. त्यासाठी आवश्यक असतो समंजस विचार, एकमेकांवरचा विश्वास मग 'लॉंग डिस्टन्स' लग्नंही टिकू शकतात.

चॅटिंग इत्यादींमार्फत आम्ही एकमेकांशी सतत संवाद करू शकतो. एकमेकांच्या पायात पाय घालून, अडकून राहण्यापेक्षा स्वतःचं स्वतंत्र अस्तित्व निर्माण करणं आता नवरा-बायकोला सहज शक्य झालंय. फक्त त्यासाठी दोघांनीही एकमेकांचा समंजस स्वीकार करणं आवश्यक आहे."

"मला तुमच्या नवीन पिढीचं गणितच कळत नाही. त्या सेलफोन आणि संगणकाच्या कुशीत शिरून एकमेकांच्या सहवासाचा आनंद कसा घेता येईल?"

"आजी, अग, केवळ शरीराने एकमेकांच्या सहवासात राहणारी जोडपी मनाने एकत्र असतातच असं नाही. मात्र, शरीराने दूर राहूनही मनाने एकत्र राहणाऱ्या जोडप्यांची नाती अधिक घट्ट असतात. एकमेकांना भेटण्याची त्यांची ओढ कायम टिकून राहते."

आरतीचं बोलणं ऐकल्यावर रोहिणीताईंनी स्वतःच्या मनाची समजूत घालून घेतली. बदलत्या जीवनशैलीचा स्वीकार करायला हवा, हे त्यांनाही पटलं. त्या आपल्या नातीला म्हणाल्या, "तुमचं 'लॉंग डिस्टन्स्' नातं तुम्हांला कायम एकत्र ठेवो, हाच तुला आशीर्वाद देते."

आजीचं बोलणं ऐकून आरतीसुद्धा मनापासून हसली.

जोडीदाराला मनातलं समजतं?

'लग्नाला इतकी वर्षं झाली, त्याला समजायला नको मला काय हवंय ते?,' अखिल 'बायको' जमातीची आपल्या नवऱ्यांबद्दल ही तक्रार असते. आपला नवरा अंतर्यामी नाही. हे त्यांच्या लक्षातही येत नाही. मात्र अशी अपेक्षा करणंच चुकीचं आहे.

"काही म्हणजे काही कळत नाही याला. प्रत्येक गोष्ट मी सांगायलाच हवी का? बायकोच्या मनात काय चाललंय, ते समजायला नको इतक्या वर्षांनंतर? सुनीता माझी नणंद. तिच्या वाढदिवसाला मी आणि वरद आम्ही दोघंही गेलो होतो, तेव्हा तिच्या नवीन पैठणीचं मी भरभरून कौतुक केलं. मलासुद्धा अशीच पैठणी घ्यायची आहे, हे मी वरदसमोर तिला सांगितलं. मग काल माझ्या वाढदिवसाला त्याने मला पैठणी घ्यायला काय हरकत होती?

मला म्हणाला, 'तुला काय घ्यावं, हे मला सुचलं नाही; म्हणून मी तुझ्या नावाने बँकेत गुंतवणूक केली.' मला पैठणी घेतली असती, तर ऑफिसच्या कार्यक्रमात, नातेवाइकांत मला मिरवता आलं असतं. आता ही गुंतवणूक माझ्या काय कामाची? तिला कुठं घेऊन मिरवू?" चित्रा आपला त्रागा व्यक्त करत होती.

ऑफिसच्या 'लंच टाइम'मध्ये डबा खाताना एकमेकांसमोर मन मोकळं करण्याची संधी सगळ्या जणींना मिळायची. चित्राचं बोलणं संपल्यावर अश्विनीने

आपलं म्हणणं मांडलं. "चित्रा, खरंय ग तुझं. बायकोच्या मनात काय चाललंय, हे नवऱ्यांना बिलकुल समजत नाही. गेले आठ दिवस मी आलोकशी अबोला धरलाय; माझी चिडचिड होतेय; पण आपल्या बायकोचं नक्की काय बिनसलंय, हे त्याला अजूनही कळलं नाहीये. मला माहेरी जायचंय, हे त्याला कसं समजत नाही?"

मग नलिनीनेही दोघींची री ओढली, "अग, सगळ्या गोष्टींवर बारीकसारीक लक्ष असतं; मग आपली बायको रागावलीये, हे ह्यांना तिच्या 'बॉडी लँग्वेज'वरून कळू नये? मला तर मोठ्याने ओरडून सांगावं लागतं, की मी रागावलीये. त्याशिवाय माझा राग नरेंद्रच्या लक्षातच येत नाही; कारण माझ्यावाचून त्याचं काही अडतच नाही."

संगीतासुद्धा म्हणाली, "खरं तर आपल्या बायकोला नक्की काय हवंय, काय नको, तिला काय आवडतं आणि काय आवडत नाही, तिला कशामुळे आनंद होतो आणि कशामुळे राग येतो, हे नवऱ्याला न सांगता कळायला हवं."

सगळ्या आपापलं मन मोकळं करत होत्या आणि आपापले अनुभव सांगत होत्या. मीनल मात्र शांत बसून सगळं ऐकत होती. ती काहीच बोलत नाही, हे पाहून चित्रा म्हणाली, "मीनल, अग तू काहीच बोलत नाहीयेस. आमचं म्हणणं बरोबर आहे की नाही, ते तूच सांग."

मीनल नुसतीच हसली तिला. त्या सर्वांचं म्हणणं पटत नव्हतं. ती म्हणाली, "अग, नवरा काही अंतर्ज्ञानी असतो का, तुमच्या मनातलं जाणून घ्यायला?

नवरा-बायकोच्या नात्यात मान-अपमान कशाला ठेवायचा? मनातील गोष्टी मनात न ठेवता, संकोच, भीड न बाळगता बोलायला हवं, कुढत बसण्यापेक्षा बोलून मोकळं व्हावं आणि नकार मिळाला तरी नात्यात कटुता येऊ देऊ नये. कोणाच्या मनात काय चाललं आहे, हे समजणं अवघडच असतं, स्वतःभोवती आपणच एक चौकट आखून घेतो, आणि 'मी हे करणार नाही,' 'मी हे बोलून दाखवणार नाही,' यात आपणही अडकून राहतो. स्वतःच्या कोषात राहून स्वतःलाच त्रास करून घेतो. यापेक्षा आपल्याला काय हवंय, काय नको, हे स्पष्टपणे बोलावं.

तुम्हांला काय हवंय ते सरळ मागून का घेत नाही तुम्ही त्याच्याकडून? तुम्ही तुमच्या मनातलं काही सांगत नाही. मग तुमच्या अपेक्षा पूर्ण होत नाहीत आणि अपेक्षाभंगाचं दुःख आणि होणारी घुसमट तुम्ही सहन करत बसता."

अश्विनीला काही तिचं म्हणणं पटलं नाही. ती म्हणाली, "मीनल, अग, आपल्याला हवं ते प्रत्येक वेळी मागून का घ्यायचं? आणि, आपल्याला काय हवंय ते मागितल्यावर नकार मिळाला तर? तो अपमान कसा आणि का सहन करायचा? मी नुसतं माहेरी जायचं म्हटलं, की घरात वादाची ठिणगी पडते. मागे एकदा मावसबहिणीच्या लग्नासाठी मला आठ दिवस माहेरी जायचं होतं, तर केवढा वाद घातला त्याने. का, तर त्याच वेळेला त्याची बहीण डिलिव्हरीसाठी यायची होती म्हणून. तूच सांग, मागूनही काही मिळणारच नसेल, तर अपमान कशाला करून घ्यायचा?"

नलिनीनेही लगेच आपला मुद्दा मांडला, "अग, भिकाऱ्यासारखं मागून काय घ्यायचं? आपला काही स्वाभिमान आहे की नाही?"

सगळ्याजणी मीनलवर जणू तुटून पडल्या होत्या. त्या तिचे मुद्दे खोडून काढीत होत्या आणि मीनल आपला मुद्दा सर्वांना पटवून सांगत होती, "नवरा-बायकोच्या नात्यात मान-अपमान कसला? आणि, जुने नकार आणि अपमान किती दिवस उगाळत बसायचं? मतभेद असतीलही; तुमचं म्हणणं त्याला पटेलच, असं नाही. तरीही मनातल्या गोष्टी मनात न ठेवता, संकोच किंवा भीड न बाळगता बोलायला हवं. कुढत बसण्यापेक्षा बोलून मोकळं व्हावं आणि नकार मिळाला, तरी नात्यात कटुता येऊ देऊ नये."

"आपल्याला तरी नवऱ्याच्या मनात काय आहे, ते सगळं समजतं का? कुणाच्या मनात काय चाललं आहे, हे समजणं अवघडच असतं, या गोष्टीचा स्वीकार आपण का करू नये? आपल्या अपेक्षा असतात, तशा त्याच्याही असतीलच की. मग त्या तरी सगळ्या पूर्ण होतात का? आयुष्यातले महत्त्वाचे दिवस एकमेकांना दोष देऊन वाया का घालवायचे? आपणच आपल्याभोवती एक चौकट आखून घेतो आणि 'मी हे करणार नाही, मी हे बोलून दाखवणार नाही,' यात अडकून राहतो. स्वतःच्या कोषात राहून आपण स्वतःलाच त्रास करून घेतो. यापेक्षा आपल्याला काय हवंय, काय नको ते स्पष्टपणे बोलावं. गप्प राहून कधीकधी खूप सोपे प्रश्न

आपण अवघड करून ठेवतो. याउलट खूप अवघड वाटणारे प्रश्नही बोलण्यातून सुटू शकतात."

"लग्नाला थोडे दिवस झाल्यावर आपल्या जोडीदाराला नक्की काय हवंय, हे आपल्याला कळायला लागतं. दोघांना एकमेकांच्या स्वभावाची कल्पना यायला लागते आणि त्याप्रमाणे एकमेकांशी जुळवून घेणं सुरू होतं; पण सगळंच आपल्या अपेक्षेप्रमाणे होणार नाही, याचाही स्वीकार दोघांकडून व्हायला हवा. जे जोडीदाराच्या लक्षात येत नाही, ते मोकळेपणाने बोलायला हवं. एकमेकांची मतं जाणून घ्यायला हवीत. 'त्यानेच समजून घ्यायला हवं,' किंवा 'तिनेच समजून घ्यायला हवं,' हा हट्ट ठेवू नये. आपला मुद्दा पटवून सांगता यायला हवा. एकमेकांना समजून घ्यावं."

चित्रा, नलिनी आणि अश्विनी या सगळ्या मीनलचं बोलणं लक्षपूर्वक ऐकत होत्या. त्यांना तिच्या बोलण्याचा मथितार्थ समजत होता. 'आपणही फक्त अपेक्षा ठेवून चालणार नाही, तर संवादाची कला शिकायला हवी. मनातलं ओळखून जोडीदाराने वागायलाच हवं, याचा हट्ट धरू नये,' याची मनोमन जाणीव त्यांना झाली. आधी त्यांनी मीनलचे मुद्दे खोडून काढण्याचा प्रयत्न केला असला, तरी आता त्या सगळ्या अंतर्मुख होऊन विचारमग्न झाल्या होत्या.

"चला ग, लंच टाइम संपला. कामाला सुरुवात करायला हवी. आपला बॉस येईल आता. आणि, अजूनही डबा खाणं चाललेलं बघून त्याचा तोल जायचा. त्याच्या मनात काय चाललंय ते मात्र आपल्याला कधीच ओळखता येणार नाही!"

चित्राच्या या बोलण्यावर सगळ्याजणी दिलखुलास हसल्या आणि आपापल्या जागेवर जाऊन पुन्हा कामाला लागल्या.

नात्यातही टीटीएमएम?

नात्यातही 'टीटीएमएम' म्हणजे 'तुझं तू आणि माझं मी...' असतं का? म्हणजे तुझं काय चाललंय याच्याशी मला काही देणं-घेणं नाही की, माझं काय चाललंय याची फिकीर तुला नाही, पण नात्यात हे फार काळ चालतं का?

"केदार, तू एकटाच आलास? केतकी का नाही आली?"

"वहिनी, मी आलोय ना? राजचा वाढदिवस आहे. मला इथं वेळेवर पोहोचायचं होतं. मी ऑफिसमधून डायरेक्ट तुमच्याकडे आलोय."

"अरे, पण ती ऑफिसमधून परस्पर येणार होती का? ती निघालीये की नाही, ते तिला विचारलंस का?"

"वहिनी, तू विचार ना. मला तिचं काहीच माहीत नसतं."

"अरे, बायको आहे ना ती तुझी? तुला कसं माहीत नाही?'

"वहिनी, मागच्या वर्षभरापासून आम्ही एकमेकांना काही विचारत नाही. आमचं 'टीटीएमएम' सुरू आहे."

"केदार, हा 'टीटीएमएम' काय प्रकार आहे?"

"अग, म्हणजे 'तुझं तू, माझं मी'. ती काय करते, कुठं जाते, कधी जेवते, कधी झोपते, हे मी तिला विचारत नाही आणि ती मला विचारत नाही."

"असलं कसलं रे तुमचं नातं? नवरा-बायकोच्या नात्यात कधी असं 'टीटीएमएम' असतं का? तुमच्या दोघांचं लव्ह मॅरेज आहे. लग्नाच्या अगोदर जवळजवळ पाच वर्षं तुम्ही एकमेकांना ओळखत होतात. तेव्हा प्रत्येक क्षण एकमेकांशी शेअर करायचात. एकमेकांना भेटल्याशिवाय तुमचा एकही दिवस जायचा नाही. 'आम्ही एकमेकांशिवाय राहू शकत नाही; आम्ही एकमेकांसाठीच बनलेले आहोत,' असं तुम्ही दोघांनी एकमेकांच्या आई-वडिलांना सांगितलंत. त्यांच्या मनाविरुद्ध, हट्टाने तुम्ही लग्न केलंत. मग ते प्रेम कुठं आटलं?"

"वहिनी, लग्न झाल्यानंतर केतकीमधली प्रेयसी हरवून गेली आणि ती टिपिकल बायको झाली. 'तू हे करू नकोस,' 'तू ते करू नकोस,' 'तू इकडे जाऊ नकोस' आणि 'तू तिकडे जाऊ नकोस' असं सुरू झालं. हे काय? असली बंधनं मला नाहीत आवडत. मी माझ्या जगण्याचा रिमोट तिच्या हातात कशाला देऊ? आमची भांडणं होऊ लागली. 'घटस्फोट घेऊ या,' इथपर्यंत मजल गेली; पण आपणच हट्टाने केलेलं लग्न मोडलं, तर आई-वडील, नातेवाइक काय म्हणतील, असा विचार करून शेवटी आम्ही तडजोड केली आणि एकत्र राहायचं ठरवलं. एकाच घरात राहिलो, तरी एकमेकांच्या कोणत्याही बाबतीत लक्ष घालायचं नाही, असं ठरवलं. घरातला अर्धा खर्च मी करतो; अर्धा खर्च ती करते. घरात स्वयंपाकासाठी बाई येते; स्वच्छता करायलाही बाई येते. उरलेली तिची कामं ती करते; माझी मी करतो. आता आमच्यात वाद होत नाहीत. तिचं आयुष्य ती जगतेय; माझं आयुष्य मी जगतोय."

"केदार, हे काय? नवरा-बायकोच्या नात्यात थोडी भांडणं, थोडे रुसवेफुगवे, मतमतांतरं नक्की असतात; पण ती तात्पुरती असावीत, रे. वर्षांनुवर्षं तुम्ही एकमेकांशी बोलत नाही म्हणजे काय? नुसतं एका छताखाली एकत्र राहणं म्हणजे संसार असतो का? प्रेमात तुम्ही एकमेकांना माफ करता; पण लग्नानंतर हे का घडत नाही? आता आमच्या छोट्या राजचं उदाहरण घे. एखादं खेळणं हवं असेल, तर तो इतका हट्ट करतो, की ते मिळेपर्यंत त्याला दुसरं काहीही सुचत नाही. आणि, ते खेळणं घरी आणल्यानंतर दोन-चार दिवसांतच ते कुठंतरी पडलेलं असतं. ज्या खेळण्यासाठी त्याने खूप हट्ट केलेला असतो, त्या खेळण्याकडे तो नंतर ढुंकूनही बघत नाही. तुमच्या नात्याचंही असंच झालंय. तुम्ही बालिशपणे वागताय. नात्यातली प्रगल्भता तुम्हांला अजूनही समजलेली नाही. लग्न झाल्यानंतर प्रियकराचा नवरा

नवरा-बायकोच्या नात्यात थोडी भांडणं, थोडे रुसवे-फुगवे, मतमतांतरे नक्की असतात, पण ती तात्पुरती असावीत, लग्न झाल्यानंतर एकमेकांवर हक्क दाखवणं, अपेक्षा ठेवणं, यातही प्रेम असतंच. आयुष्यात कितीही वादळं आली तरी एकमेकांना साथ देणं, सोबत करणं, एकमेकांप्रती प्रेम, जिव्हाळा टिकवून ठेवणं, हे खरं प्रेम. एकमेकांना माफ करायला शिकायला हवं, तरच लग्न-संसार याचा खरा अर्थ समजतो.

आणि प्रेयसीची बायको होणारच असते. त्याची मानसिक तयारी का झालेली नसते? लग्न झाल्यानंतर एकमेकांवर हक्क दाखवणं, अपेक्षा ठेवणं यातही प्रेम असतंच. सगळंच आपल्याला हवं तसं मिळत नाही; पण जे मिळालं आहे, त्याचाही आनंद घेता यायला हवा आणि जे मनासारखं होत नाही त्याकडे दुर्लक्ष करण्याची, ते स्वीकारण्याची तयारी ठेवायला हवी. नुसतं समाजाला दाखवण्यासाठी एकत्र राहू नका. एकमेकांवर तुम्ही प्रेम करायचात, ते दिवस आठवा. प्रेम एवढं तकलादू असतं का रे? आयुष्यात कितीही वादळं आली, तरी एकमेकांना साथ देणं, सोबत करणं, एकमेकांविषयी प्रेम अन् जिव्हाळा टिकवून ठेवणं हे खरं प्रेम. एकमेकांना माफ करायला शिका आणि लग्न-संसार याचा खरा अर्थ समजून घ्या."

वहिनीचं बोलणं केदार मनापासून ऐकत होता. एकत्र राहूनही एकटेपणाचं आयुष्य जगण्याचा त्याला त्रास होत होता. 'असाच त्रास केतकीलाही होत असणार आहे; तिने बोलण्याचा प्रयत्न केला होता; पण आपण आपल्या अहंकारामुळे तिच्याशी बोललो नाही,' याचं त्यालाही वाईट वाटलं. आता या परिस्थितीत नक्की सुधारणा करायची, असं त्याने ठरवलं. आणि, केतकी ऑफिसमधून निघाली आहे की नाही, हे बघण्यासाठी त्याने तिला फोन लावला...

नवरा-बायकोच्या भिन्न आवडी-निवडी?

नवरा आणि बायकोचे स्वभाव आणि आवडी-निवडी पूर्णतः वेगळ्या असू शकतात. पण म्हणून त्यांचं पटेनासं होईल असं नाही. नात्यात एकमेकांच्या मतांचा आदर जपला, तर विजोड जोड्याही यशस्वी होतात.

"वैशाली, कटलेट खूप छान झालेत हं. तू अन्नपूर्णाच आहेस! कसं जमतं ग तुला हे सगळं करायला? आम्ही सगळ्या तर किटी पार्टीत बाहेरचे पदार्थ विकत आणतो."

"खरं आहे रमा तुझं! वैशाली प्रत्येक वेळी घरीच नवीन पदार्थ बनवते; म्हणूनच आपण सगळ्या वैशालीच्या 'टर्न'ची वाट बघत असतो!"

सगळ्या मैत्रिणी वैशालीचं कौतुक करत होत्या. किटी पार्टी म्हटलं, की आदल्या दिवसापासून तिची तयारी सुरू व्हायची. तिने केलेला पदार्थ सगळ्यांना आवडला आणि त्यांनी पोट भरून खाल्लं, की तिचंही मन भरून जायचं.

आजच्या पार्टीला रमाबरोबर तिची भाची सानियासुद्धा आली होती. नुकताच कॉलेजजीवनात प्रवेश केला होता तिने. तिने वैशालीला विचारलं, "काकू, तुझ्या नवऱ्याची काय मजा असेल ना? त्याला रोज छान चवीचे पदार्थ खायला मिळत असतील!"

"कसलं काय! अग, त्यांना असे पदार्थ खाण्याची अजिबात आवड नाही. अगदी 'डाएट कॉन्शस' आहेत ते. मोजकंच खायचं आणि त्या-त्या वेळेलाच खायचं. त्यामुळे त्यांना माझ्या या पदार्थांचं अजिबात कौतुक नाही." वैशालीने तिची नाराजी व्यक्त केली.

"खरंय तुझं, वैशाली. जिथं पिकतं, तिथं विकत नाही." रमाने दुजोरा दिला आणि म्हणाली, "मी संगीतविशारद आहे. लोक मला गाण्याच्या कार्यक्रमांसाठी बोलावतात; पण राजेशला गाण्याची अजिबात आवड नाही. तो ट्रेकिंगमध्ये गुंतलेला असतो. त्याला माझ्या गाण्याचं अजिबात कौतुक नसतं." इतक्या वेळ खाण्यात गुंग झालेली सारिका पुढे आली. हातातली ताटली बाजूला ठेवत म्हणाली, "मला नाटकं, सिनेमे बघायला इतकं आवडतं; पण नवरा कधी माझ्याबरोबर यायला तयारच नसतो. हे सगळं वेळ वाया घालवणं आहे, असं त्याला वाटतं. तो सतत त्या शेअर मार्केटमध्ये बुडलेला असतो."

सगळ्याजणी आपली आणि नवऱ्याची आवड कशी वेगळी आहे, याबद्दलचं म्हणणं मांडत होत्या. सानिया सर्वांचं ऐकत होती. ती मध्येच निरागसपणे बोलून गेली, "अरे बापरे, म्हणजे सगळ्यांचे जोडीदार भिन्न विचारांचे आहेत. म्हणजे तुमचं पटणारच नाही का...? लवकरच सगळ्यांचे घटस्फोट होणार की काय...?"

रमाने तिला दटावलं, "सानिया, असं बोलतात का? तू लहान आहेस. तुला अजून काही कळत नाही."

"आत्या, कालच तू आईला म्हणत होतीस, की सानिया कॉलेजला गेली आता. लवकरच तिच्या लग्नाचं बघावं लागेल, वगैरे... आणि आज म्हणतेयस, की मी लहान आहे! काल तूच आईला सांगत होतीस ना, की सानियाच्या विचारांशी मिळताजुळता जोडीदार बघायला हवा, म्हणजे संसार चांगला होईल. आता तूच सांग, की अशा वेगळ्या आवडीनिवडी असतील, तर संसार चांगला होईल का? वेगळ्या माणसाबरोबर कोण किती दिवस राहणार? म्हणजे शेवटी घटस्फोटच होणार ना?" रमाला आता काय बोलावं तेच कळेना.

सानियाचे विचार ऐकून अपर्णाला हसूच आलं. ती गप्पांत सामील झाली आणि सानियाला म्हणाली, "अग बेटा, हाताची पाचही बोटं सारखी असतात का? पण ती एकत्र असतील, तरच काम होतं ना? नवरा-बायकोचं नातं असंच

असतं. त्यांचे विचार भिन्न असले, तरी ते एकत्र नांदतात आणि संसाराचा गाडा पुढे नेतात.”

सानियाला पटेना. ती म्हणाली, “पण अपर्णाकाकू, त्यापेक्षा आवडीनिवडी सारख्या असणाऱ्या व्यक्तीशीच लग्न करावं ना!”

“सानिया, खरं सांगू का? बऱ्याचदा जोड्या विजोडच असतात. अनेक गोष्टी जोडीदारांमध्ये भिन्न असतात; पण या भिन्नतेत गोडवा हवा. मी हल्लीच्या मुलामुलींचं पाहिलंय,की ती ‘आमच्याच क्षेत्रातला जोडीदार नको,’ असं म्हणतात. ‘घरात तेच आणि नोकरी-व्यवसायात तेच असं नको; घरात काहीतरी वेगळा विषय हवा,’ असा विचार करणारे लोक आहेत. आवडीनिवडी, विचार वेगळे असतील, तरी चालेल; पण एकमेकांच्या विचारांचा आदर व्हायला हवा. स्वतंत्र विचारांचाही स्वीकार व्हायला हवा. प्रत्येकाला आपल्या आवडीनिवडी जपण्याचं स्वातंत्र्य हवं.”

सानिया विचारात पडली. ते बघून अपर्णा म्हणाली, “तुझी रमाआत्या संगीतविशारद आहे. तिच्या नवऱ्याला गाण्याची आवड नसली, तरी त्याने तुझ्या आत्याला तिच्या आवडीपासून परावृत्त केलेलं नाही. तिने आवड जपावी, यासाठी तो सहकार्यच करतो. त्यांना तिचा अभिमान आहे, हे जाणवतं. तुझ्या वैशालीकाकूचा नवरा स्वतः खवय्या नसला, तरी तिला सगळ्यांना खाऊ घालायला आवडतं म्हणून तो तिला भाजी आणि वाणसामान आणून देतो.काही वेळा भाज्या निवडून ठेवणं, पार्टीची तयारी करणं अशी मदतसुद्धा करतो.”

बऱ्याचदा जोड्या विजोडच असतात. अनेक गोष्टी जोडीदारांमध्ये भिन्न असतात, पण या भिन्नतेत गोडवा हवा. आवडी-निवडी, विचार वेगळे असतील तरी चालेल, पण एकमेकांच्या विचारांचा आदर व्हायला हवा. स्वतंत्र विचाराचाही स्वीकार व्हायला हवा. प्रत्येकाला आपल्या आवडी-निवडी जपण्याचं स्वातंत्र्य हवं. हाताची पाचही बोटं सारखी नसतात, पण ती एकत्र असतील तरच कामं होतात.

आता एकेक करून सगळ्याजणी आपापल्या नवऱ्याची सकारात्मक बाजू सांगू लागल्या.

अपर्णा म्हणाली, "बघितलंस, सानिया, विचार आणि आवडीनिवडी वेगवेगळ्या असल्या, तरी एकमेकांना समजून घेतलं, तर संसाराची गोडी टिकून राहते. तूपण हे लक्षात ठेव. जेव्हा आपण एखाद्या व्यक्तीला आयुष्याचा जोडीदार म्हणून स्वीकारतो, तेव्हा तो स्वीकार त्याच्या गुण-दोषांसहित करायला हवा. अमुक मनासारखं नाही, तमुक मनासारखं नाही अशी कुरकूर करत राहाल, तर दोघांपैकी कुणालाच सुख मिळणार नाही."

सानिया म्हणाली, "अपर्णाकाकू, पटतंय मला; पण मग आधी या सगळ्या जणी तक्रारी का करत होत्या...?"

सगळ्या हसू लागल्या. वैशाली म्हणाली, "सानिया, महिन्यातून एकदा आम्ही किटी पार्टी करतो, ते एकत्र येऊन. एकमेकींशी दिलखुलास बोलण्यासाठी. थोडं गॉसिप, थोडी मजा, लटक्या तक्रारी करण्यासाठी आणि मनातलं बोलून मोकळं होण्यासाठी. मनापासून हसण्यासाठी! यातून आमचे ताण दूर होतात आणि नव्या उत्साहाने आम्ही घरी परततो. हे 'लेडीज टॉक्स' प्रत्येक स्त्रीला हवे असतात!"

...आणि किटी पार्टी पुन्हा मजामस्करीत रंगली.

सर्व काही नात्यांसाठी...

पिढी कालची असो वा आजची, प्रेमाची व्याख्या सगळ्यांसाठी एकच असते, काळानुसार त्यासाठीच्या संकल्पना बदलत असल्या तरीही! म्हणूनच मग आजच्या पिढीचं 'डोन्ट आस्क डोन्ट टेल' म्हणणं असो, 'इगॅलिटेरियन रिलेशनशिप' सांभाळणं असो की 'बॉयसोबर' होणं किंवा 'स्लीप डिव्होर्स' घेणं असो, अशा नाना पाश्चिमात्य संकल्पना स्वत:मध्ये आणत आपल्या जोडीदाराला आणि स्वत:लाही ही पिढी सांभाळते आहे.

'आम्ही रिलेशनशिपमध्ये आहोत', अशी पोस्ट समाजमाध्यमावर अगदी सहजपणे टाकून आपलं नातं जगजाहीर करण्याची पद्धत आजच्या तरुणपिढीमध्ये आहे. एखाद्याशी नातं जुळणं ही प्रत्येकाच्या आयुष्यातील महत्त्वाची घटना, तर अनेकांसाठी ते नातं लग्नापर्यंत पोहोचणं म्हणजे आयुष्य सार्थकी लागणंच. प्रियकर-प्रेयसी असतील किंवा लग्नाचं नातं, साठ-सत्तर वर्षांपूर्वीच्या आणि आताच्या नातेसंबंधांत, त्याकडे पाहण्याच्या दृष्टिकोनात प्रचंड फरक पडला आहे.

आजच्या पिढीने 'ब्रेकअप कर लिया...' हा सेलिब्रेशनचा विषय केलेला असला तरीही मूळ प्रवृती नातं टिकवण्याकडे असते, म्हणूनच प्रेमात पडल्यापासून ते अगदी लग्नसंबंधांतही नातं टिकवण्याकडेच सगळ्यांचा कल असतो. तरुण पिढीच्या अशाच या काही संकल्पना, नवीन ट्रेंड्स नातं टिकवण्यासाठीच्या असतात.

“अनु, तू पाहिलंस का, रवीने आज ‘इन्स्टा’वर कोणते फोटो टाकले आहेत? मला लेकीने तिच्या मोबाईलवर दाखवले.”

“हो ताई, ऑफिसची ‘सक्सेस पार्टी’ एन्जॉय करतानाचे आहेत ते सर्व फोटो.”

“अग, तुला त्यात काहीच खटकलं नाही? ऑफिसमधल्या मुलींबरोबर वेगवेगळ्या पोजेसमधील त्यांचे फोटो पाहून मला काळजीच वाटली. रवी जर ऑफिसच्या कामानिमित्त असा फिरत असेल आणि पार्ट्या करत असेल तर काही दिवसांत तुझा संसार धोक्यात येईल. तू त्याला काही बंधन का घालत नाहीस?

“ताई अग, चि ssल, त्यात काळजी करण्यासारखं काय आहे? रवी त्याच्या ऑफिसच्या सहकाऱ्यांबरोबर आहे हे मला माहिती होतं. एकत्र काम करताना तेवढी जवळीक होत असतेच. माझ्या ऑफिसमध्येही काही इव्हेंट्स असे एकत्रित होत असतात, तेव्हा आम्हीही एन्जॉय करतोच.

“अनु, पण अग, असे कोणाही बरोबर तू फोटो काढलेस तर त्याला आवडेल का? पुरुषांना तर या गोष्टी लगेच खटकतात.”

“ताई, आता तसं काहीही राहिलेलं नाही. आम्ही बायासुद्धा त्यांच्यात बरोबरीने करिअर करतो, त्यामुळे या सर्व वातावरणाची नवऱ्यांनाही कल्पना असते. मुख्य म्हणजे हे तेवढ्यापुरतंच असतं. पार्टी झाली की सगळे आपापल्या कामामध्ये इतके व्यग्र होतात की, त्याची आठवणही राहत नाही नंतर.

“अग, पण तुमच्या लग्नापूर्वी त्याचा ब्रेकअप झालेला होता. त्याला ऑफिसमधील एका मैत्रिणीशी लग्न करायचं होतं, परंतु ते होऊ शकलं नाही, असं तूच सांगितलं होतंस ना? म्हणून जास्त काळजी वाटते.

‘ताई, आमची पिढी वेगळी आहे. एकमेकांच्या आयुष्यात ‘भूतकाळ’ असणारच आहे, याची जाणीव दोघांनाही असते. लग्नाआधीच त्याची कल्पना एकमेकांना दिलेली असते. त्याचं सावट वर्तमानावर पडू द्यायचं नाही याची फक्त काळजी घ्यायची, तरच नातं सफल होऊ शकेल ना? आणि अगदी वर्तमानातही एकमेकांविषयी प्रेम, विश्वास आणि आदर असेल, तर जोडीदाराला मोकळं सोडायलाच हवं ना? कुठे आणि किती संशय घेत फिरणार? प्रत्येकाला स्वत:च्या आवडीनिवडीचं स्वातंत्र्य हवं असतं, आणि त्यामध्ये कुणीही डोकावायला नको असतं. म्हणून आम्ही रिलेशनशिपचा ट्रेंड ठरवून घेतला आहे. DADT म्हणजेच

'डोन्ट आस्क डोन्ट टेल' तू मला काही विचारू नकोस आणि मला काही सांगू नकोस. छोट्या छोट्या गोष्टींचे निर्णय आपले आपल्याला घेता येतात त्यामुळे.

"तुमच्या या 'डीएडीटी'मुळे नवरा-बायकोचं नातं टिकतं?"

"नक्कीच, त्यामुळे दोघांचे फुटकळ विषयांवर वाद होत नाहीत. मोकळेपणाने बोलता येतं. दोघांनाही आपलं स्वातंत्र्य जपता येतं. आम्हा दोघांनाही पुरेशी स्पेस मिळते."

"आई, आज तुला ऑफिसला जायलाच हवं का?"

"हो राणी, आज बाबा तुझ्याजवळ थांबणार आहे ना, मला ऑफिसमध्ये खूप महत्त्वाचं काम आहे." अपर्णा ऑफिसला निघण्याची तयारी करत होती. रोहिणीताई, अपर्णा आणि तिच्या लेकीमधला संवाद ऐकत होत्या.

त्या म्हणाल्या, "अपर्णा, तिची इच्छा असेल तर तू घरी थांब, आजारपणात मुलांना आई हवी असते."

"आई, मागच्या महिन्यात अपर्णाने सुट्टी घेतली होती. आता मी घेणार आहे. मुलांचं आजारपण फक्त आईनेच काढायचं का?" अनिकेत मध्येच बोलला.

"अरे पण, मुलांना काय हवं असतं ते आईला जास्त समजतं. तिला आईची आता गरज जास्त आहे."

"मला नाही तसं वाटत. मुलांना नक्की काय हवंय हे आईप्रमाणे बाबालाही समजायलाच हवं. समजून घ्यायचं ठरवलं तर ते शक्य आहेच. राणीलाही आम्हा दोघांची सवय व्हायला हवी. म्हणूनच आम्ही दोघांनी 'इगॅलिटेरियन रिलेशनशिप' (egalitarian relationship) मान्य केली आहे. यात सगळ्या जबाबदाऱ्या, महत्त्वाचे निर्णय घेणं अगदी घरातलं सत्ताकेंद्रही दोघांनी मिळून सांभाळायचं आहे. त्यामुळे आमच्या तरी नात्यात सहजपणा आला आहे, चिडचिड, संताप कमी झालाय," अनिकेतने त्याचं स्पष्टीकरण दिलं.

"माधवी, तुझ्या बेडरूममध्ये मी एसी चालू करून ठेवला आहे. थोड्याच वेळात रूम कुल होईल. मी जातोय झोपायला. गुड नाइट!"

मंदारची आत्येबहीण सविता बऱ्याच वर्षांनी मंदारच्या घरी आली होती. तिला हे ऐकून आश्चर्य वाटलं.

तरीही मिश्कीलपणे तिने विचारलं, "मंदार, तुझी आणि माधवीची बेडरूम वेगळी आहे?"

"होय, आमच्या बेडरूम वेगवेगळ्या आहेत. कारण आमच्यात 'स्लीप डिव्होर्स' आहे." सविता झटका लागल्यासारखी ताडकन उभी राहिली.

ती म्हणाली, "काय? डिव्होर्स? तो कधी झाला? आणि आम्हाला कुणालाच माहिती कसं नाही? डिव्होर्स झाला म्हणताय आणि एकत्रच राहताय?""

"सविता, अग तुला वाटतंय तसं नाही, आमच्यात तसा घटस्फोट नाही झालेला. आम्ही नवरा-बायकोच आहोत."

"अरे, पण हा 'स्लीप डिव्होर्स' का? तुमच्यात भांडणं होतात की वेगळे काही प्रॉब्लेम आहेत?"

"तसं नाही ग, आम्ही हे समजुतीने ठरवलं आहे. ती प्राध्यापक असल्यामुळे रात्री उशिरापर्यंत जागून ती लेक्चरसाठीच्या नोट्स काढत राहते, त्यामुळे मला लवकर झोपत येत नाही आणि मला झोपेत घोरण्याची सवय आहे. त्यामुळे तिला शांत झोप लागत नाही. झोप पूर्ण झाली नाही तर दुसऱ्या दिवशीच्या कामावर त्याचा वाईट परिणाम होतो आणि आरोग्यावरही. आमच्या दोघांच्या सवयी वेगवेगळ्या आहेत. सुरुवातीला आमची रोज भांडणं व्हायची. कधी एसी कमी, जास्त हवा म्हणून तर कधी लाइट चालू आहे म्हणून, तर कधी मी लवकर उठत असल्याने माझ्या व्यायामाचा तिला त्रास व्हायचा म्हणून. सुदैवाने घर मोठं आहे. म्हणून मग आम्ही 'स्लीप डिव्होर्स' घेण्याचं ठरवलं."

"पण मग तुमच्यातील नात्याचं काय?"

"आमच्या नात्यावर कोणताही परिणाम झालेला नाही. उलट वाद कमी झालेत. ही दोघांसाठी केलेली फक्त सोय आहे. ती आपणच लवचीक ठेवायला हवी. सुट्टीच्या दिवशी असतोच की आम्ही एकत्र. सगळ्या जबाबदाऱ्या, कर्तव्यं पूर्ण करत आहोतच ना!"

"अक्षय, आमच्या सूरजला समजावून सांगशील का? सानिका चांगली मुलगी आहे, त्याला सांग एकदा तिच्याशी बोलून तर घे. तिच्याबरोबर 'डेटिंग'ला जा म्हणावं, म्हणजे तिच्या स्वभावाचा अंदाज येईल. सध्या तो लग्नाचा विषयही काढू

देत नाही. काय करावं ते आम्हालाच समजत नाही. सुलभाताई मुलाच्या मित्राला, अक्षयला सांगत होत्या.

तो म्हणाला, "काकू खरं सांगू का, तुम्ही या वर्षी याविषयी काही बोलूच नका त्याच्याशी, कारण त्याच्यासाठी २०२५ हे वर्ष 'बॉयसोबर' असण्याचं असेल.

"म्हणजे? 'बॉयसोबर' हा काय प्रकार? आम्हाला समजावून सांग बाबा, कारण तुमच्या दृष्टीने आम्ही 'ओल्ड स्कूल'चे ना?

"काकू, 'बॉयसोबर' म्हणजे सगळ्या कष्टदायक नात्यातून बाहेर पडून स्वतःला वेळ द्यायचा. हे फक्त मुलंच नाही तर मुलीसुद्धा करतात.

"सूरजही आता तेच करतो आहे. त्याला चांगली जोडीदार मिळावी असा त्याचाही प्रयत्न होता. त्यासाठी काही मुलींशी त्याने डेटिंगही केलं. एक मुलगी त्याला आवडली होती, तो तिच्यात गुंतत चालला होता, पण तिने मध्येच त्याला 'डिच' केलं त्या वेळी तो जवळजवळ नैराश्यात गेला होता, तुम्हाला तर आठवत असेलच ते. त्या काळात अनितासोबत 'सिच्युएशनशिप'मध्ये त्याला थोडा आधार मिळाला होता. पण 'लाइफ पार्टनर' म्हणून एखादीची निवड करावी असं कुणी भेटलंच नाही एवढ्या काळात, खूपच मनस्ताप झाला सगळ्याचा त्याला. म्हणून त्याने यंदा 'बॉयसोबर' होण्याचं ठरवलं आहे.

"डेटिंगपासून, कोणत्याही नातेसंबंधांपासून तो अलिप्त राहणार आहे. स्वतःवर लक्ष केंद्रित करणार आहे, 'सेल्फ लव्ह!' मुख्य म्हणजे स्वतःबरोबर राहणार आणि आत्मपरीक्षण करणार आहे. आपल्या तब्येतीसाठी जसं आपण 'डिटॉक्स डाएट' करतो; तसंच सर्व अनुभवातून 'डिटॉक्स' होण्यासाठी त्याने हा निर्णय घेतला आहे. अगदीच एकटं-एकटं वाटलं, कधीतरी कुणाशी बोलावं वाटलं तर तात्पुरतं बोलेल.

"ती त्याची 'नॅनो रिलेशनशिप' होऊ शकेल, बाकी काही नाही, म्हणून सांगतोय काकू, तुम्ही त्याची काळजी करू नका. सध्या त्याला त्याच्या पद्धतीने जगू द्या. कुणी सांगावं, यामुळे तो नात्याचा वेगळा विचार करू लागेल."

आजची तरुणपिढी आणि त्यांच्या नातेसंबंध टिकवण्याच्या कल्पना या अशा आहेत. नात्यात पडणं सोपं असतं, परंतु ते निभावणं ही कसोटीची, चिकाटीची गोष्ट असते. आजच्या पिढीला तो संयम, प्रतीक्षा नाही, असं अनेकदा बोललं जातं. आर्थिक स्वातंत्र्यामुळे, विविध समाजमाध्यमांमुळे असेल व्यक्तिगत स्वातंत्र्याचं महत्त्व वाढलं आहे. 'मी आणि माझं' हे अनेकांच्या जगण्याचा केंद्रबिंदू झाला आहे.

या पिढीत असंही दिसतंय की, स्त्री-पुरुष समानतेबाबतची यांची मतं परखड आहेत. जोडीदाराबाबत कालानुरूप अपेक्षा बदलत आहेत. लग्नाचा उद्देश आणि त्याचं आयुष्यातील स्थानही बदलत चाललं आहे. नात्यात थोड्या तडजोडी कराव्या लागतातच हे त्यांना माहिती आहे म्हणून आजची ही पिढी भावनात्मक चौकटीत न अडकता व्यावहारिक विचार करून नातं निभावण्यासाठी नात्यांचे विविध 'फंडे' वापरून नात्याला स्थिर करण्याचा प्रयत्न करत आहे.

आजच्या 'जनरेशन झी' (जेन झी), 'अल्फा जनरेशन' पुढे जाऊन 'बीटा जनरेशन'ही वेगवेगळ्या संकल्पना वापरून पाहील आणि नात्याला महत्त्व देईल, असं दिसतं.

खरं तर 'जेन झी' लग्नापूर्वी 'सिमर डेटिंग,' 'सॉफ्ट लाँच' अशा डेटिंग ट्रेन्ड्स वापरून सावधपणे जोडीदाराला समजावून घेण्याचा प्रयत्न करतात. आपल्याला जी व्यक्ती आवडते ती आपल्याकडे नेमक्या कोणत्या नजरेने पाहाते हेही ही पिढी समजून घेते. आजकाल तंत्रज्ञान ज्या वेगाने पुढे जात आहे तसंच नात्यांबाबतच्या संकल्पनाही तेवढ्याच वेगाने बदलत आहेत. आजची तरुण पिढी सतत कुणाशी तरी 'कनेक्ट' राहण्याचा प्रयत्न करत असते. नात्याचेही वेगवेगळे प्रकार या पिढीमध्ये दिसून येतात.

यातल्या काही संकल्पना अशा, 'लव्ह बोमिंग' या प्रकारात जोडीदार तुम्हाला महागडे गिफ्ट देऊन मी तुझ्यावर किती प्रेम करतो-करते, हे दाखवण्याचा प्रयत्न करत असतो. 'थ्रोनिंग'मध्ये जोडीदार तुमच्यावर प्रेम करीत नाही तर तुमची संपत्ती, तुमचं समाजातील स्थान यावर प्रेम करत असतो. आपलं 'सोशल स्टेटस' वाढवण्यासाठी या नात्याचा उपयोग केला जातो, त्यामध्ये त्या व्यक्तीबद्दल प्रेम, जिव्हाळा असतोच असं नाही. 'बेंचिंग'मध्ये तर एखाद्या व्यक्तीचा सहवास आवडतो. अडीअडचणीला तिची मदतही घेतली जाते, मन मोकळं करायला ती व्यक्ती हवी असते; पण जोडीदार म्हणून कायम तिच्यासोबत राहायचं नसतं.

दुसरं कुणी चांगलं भेटलं तर तिला बाजूला ठेवून दुसऱ्याच व्यक्तीशी नातं जोडण्याचा प्रयत्न केला जातो, पण आपल्या सोयीनुसार हवं तेव्हा या जुन्या नात्याचा उपयोग केला जातो. 'सॉफ्ट लाँच'मध्ये वा 'रिलेशनशिप'मध्ये आहोत हे मान्य केलं जातं, परंतु जोडीदार कोण हे जाहीर केलं जात नाही, तर 'हार्ड लाँच'मध्ये आपल्या जोडीदाराची ओळख लपवली जात नाही, उलट ते खुलेपणाने जाहीर केलं

नातं दीर्घकाळ टिकवण्यासाठी परिपक्वता येणं गरजेचं असतं. आयुष्यात आपल्याला हवं तसं सगळं मिळतंच असं नाही, त्यामुळे आपल्या मनाविरुद्ध थोडं जरी कोणी वागलं तरी त्याच्याशी नातं तोडून टाकण्याचा उतावीळपणा योग्य नाही. तडजोडीशिवाय कोणतंही नातं निभावणं अशक्यच असतं. फक्त प्रत्येक पिढीची तडजोड वेगळ्या प्रकारची असेल, पण ती तडजोड आनंदाची, सामंजस्याची असेल तर नात्यातला गोडवा कायम टिकेल.

जातं. 'डेटिंग ॲप'मधून निर्माण होणारं नातं म्हणजे 'नॅनोशिप.' साता जन्माची जाऊ देत, पण आयुष्यभराची साथ देणारा जोडीदार यातून मिळणं बहुतांशी अवघडच.

सध्याच्या परिस्थितीत लग्नाचं वय वाढलेलं असल्याने अनेकांनी ब्रेकअप पचवलेली असतात. 'सिच्युएशनशिप', काही वेळा तर 'वन नाइट स्टॅन्ड' अनुभवलेलं असतं. ब्रेकअप झालं तरी 'थँक्यू, नेक्स्ट' असं म्हणत 'रिबाऊंड' शोधलेला असतो. म्हणूनच लग्न झाल्यानंतर आता 'स्टीरिओ टाइप'मधून बाहेर पडून जोडीदाराबरोबर सर्व जबाबदाऱ्या वाटून घेऊन 'इगॅलिटेरियन रिलेशनशिप' मान्य केली जात आहे.

जोडीदाराच्या इतर व्यक्तीसोबत असलेल्या 'प्लेटॉनिक लव्ह', 'सोलमेट रिलेशनशिप' याबाबत नाराजी असली तरी त्याचा फार बाऊ केला जात नाही. या गोष्टी होत राहतातच, पण तरीही 'स्लो फेड' नातं 'फास्ट' करण्याचा प्रयत्नही ही आधुनिक पिढी करते आहे. वैचारिक मतभेद असले, तर कधी नात्यात ब्रेक घेतला जातो. 'फ्लिआ बेगिंग' म्हणजेच वारंवार वादविवाद होऊन ब्रेकअप झालं तरीही पुन्हा एकत्र येणं, त्याशिवाय नात्यात 'मायक्रो चिटिंग' झालं, तर 'रॉटन रिलेशनशिप' मान्य करून भावनिक नाही तरी व्यावहारिक पातळीवर तरी नातं टिकवण्याचा प्रयत्नही होताना दिसतो.

पती-पत्नी दोघेही कमावणारे असतील तर 'हा माझा पैसा, तो तुझा पैसा' यावर वारंवार वाद होतात, तसंच कुणी किती खर्च कुणासाठी केला यावरूनही वाद होतात. तुझ्या आई-वडिलांवर, भावंडांवर तू एवढा खर्च का केलास यावरूनही वाद होतात. त्यामुळे अनेक जोडपी सध्या 'टीटीएमएम'चा मार्ग निवडतात. 'तुझं तू माझं मी' घरातील नियमित खर्च निम्मा-निम्मा करायचा आणि आपला वैयक्तिक, सामाजिक, मित्रमैत्रिणी-नातेवाइकांसाठीचा यांचा खर्च ज्याचा त्याने करायचा याबाबत कुणीही एकमेकांना दोष द्यायचा नाही, असं दोघांनी ठरवून घेतलेलं असतं.

नातं दीर्घकाळ टिकवण्यासाठी परिपक्वता येणं गरजेचं असतं. आयुष्यात आपल्याला हवं तसं सगळं मिळतंच असं नाही, त्यामुळे आपल्या मनाविरुद्ध थोडं तरी कोणी वागलं तरी त्याच्याशी नातं तोडून टाकण्याचा उतावीळपणा योग्य नाही. तडजोडीशिवाय कोणतंही नातं निभावणं अशक्यच असतं. फक्त प्रत्येक पिढीची तडजोड वेगळ्या प्रकारची असेल, पण ती तडजोड आनंदाची, सामंजस्याची आणि सामंजस्यासाठी असेल तर नात्यातला गोडवा कायम टिकेल.

नातं : मुलांशी

आई, बाबांचं तुझ्यावर प्रेम नाही का?

'आई आणि बाबांमध्ये काही 'केमिस्ट्री' दिसत नाही! 'रोमँटिक' जोडपी वागतात तसं आई-बाबा कधी वागताना दिसले नाहीत...' तरुण मुलगा आणि मुलगी दोघांचं हेच म्हणणं होतं. खरंच त्यांच्या आई-वडिलांच्यामध्ये प्रेम नव्हतं का?...

"एवढं ओझं घेऊन एकटीच आलीस ना? बाबांना फोन का नाही केलास? ते आले नसते का तुला घ्यायला?" मनाली आईशी रागातच बोलत होती. तिने आईच्या हातातील बॅग आणि पिशव्या घेतल्या आणि तिला खुर्चीवर बसवलं.

"आई, १८ तासांचा प्रवास करून आल्यावर, एवढं ओझं घेऊन परत मेट्रोने यायची काय गरज होती? बाबांना बोलवायचं नव्हतं, तर सरळ कॅब करायची आणि थेट घरापर्यंत यायचं."

तेवढ्यात सलील पाण्याचा ग्लास घेऊन आला अन् म्हणाला, "आई, पाणी घे आधी. केवढी दमलेली दिसतीयेस!"

मनालीने घरात असलेला गूळपापडीचा लाडू आणला आणि म्हणाली, "आधी हा लाडू खा आणि मगच पाणी घे."

सलीलने विचारलं, "आई, तुझ्याबरोबरच्या अर्चना मॅडम, सुजाता मॅडम आणि माधवी मॅडम कशा घरी गेल्या?"

"अरे, त्यांच्या घरचे लोक त्यांना न्यायला आले होते. प्रत्येकाची घरं वेगवेगळ्या दिशेला आहेत; पण मला कॅबपेक्षा मेट्रो सोयीस्कर वाटते; म्हणून मी मेट्रोने आले. तुम्ही दोघं किती काळजी करताय माझी! परीक्षा जवळ आली आहे; तुम्ही तुमच्या अभ्यासाचं बघा."

"बघितलंस, सलील! म्हणजे सगळ्या मैत्रिणींचे नवरे त्यांना घेण्यासाठी रेल्वे स्टेशनवर गेले होते; पण हिने बाबांना कळवलंही नाही."

"बाबांना कळवलं, तरी बाबा कधी जातात? तुला कधी तरी आठवतंय का, की बाबा आईला ऑफिसमध्ये सोडायला गेलेत किंवा आणायला गेलेत? कधी तिच्यासाठी काही सरप्राइज गिफ्ट घेऊन आलेत? कधी तिला वाढदिवसाला स्पेशल ट्रीटमेंट दिली आहे?"

"खरं आहे रे सलील तुझं. आई बाबांचा सतत विचार करते. त्यांना त्रास नको म्हणून त्यांची काळजी घेते; पण ते कधीही तिच्यासाठी 'स्पेशल' काही करत नाहीत. आताच्या 'व्हॅलेंटाइन डे'ला मी बाबांना आठवण केली होती, तेव्हा ते म्हणाले, 'प्रेम साजरं करायचा असा एकच दिवस नसतो! असं काही घेऊन देणं हा फक्त दिखाऊपणा आहे.'."

"मनाली, काय आहे, की आपली आई फक्त सहन करत राहते. स्त्रीशक्ती, स्त्रीचं आत्मभान, वगैरेंवर बाहेर लेक्चर्स देते आणि घरात मात्र अन्याय सहन करते."

मंजिरी दोघांचं बोलणं ऐकत होती. मुलं आता मोठी होत आहेत, याची जाणीव तिला झाली. ती मनातल्या मनात हसत होती. मुलं असा विचार का करताहेत, हे तिला कळतं नव्हतं; पण तरीही तिला असं वाटतं होतं, की घरातल्या घरात आई चांगली की बाबा चांगले, कोण योग्य आणि कोण अयोग्य, असे प्रश्न मुलांच्या मनात येऊच नयेत. दोघांपैकी एकाची तरी आदरयुक्त भीती नक्की असावी; पण आई आणि बाबा हे वेगळे नसून एकच आहेत असं मानावं आणि त्यांच्यावर समान प्रेम असावं. कुणा एकाचं पारडं जड नसावं.

मुलांनी दिलेला लाडू आणि पाणी तिने घेतलं आणि म्हणाली, "बाळांनो, जोडीदाराचा वाढदिवस साजरा केला, सरप्राइज गिफ्ट दिलं, 'व्हॅलेंटाइन डे'ला फुलं आणि ग्रीटिंग कार्ड दिलं आणि त्याच्या पुढेपुढे केलं, म्हणजेच प्रेम असतं,

घरातल्या घरात आई चांगली की बाबा चांगले, कोण योग्य आणि कोण अयोग्य, अशा गोष्टी मुलांच्या मनात येऊच नयेत. दोघांपैकी एकाची तरी आदरयुक्त भीती नक्की असावी, आई आणि बाबा हे वेगळे नसून एकच आहेत, याची जाणीव व्हायला हवी आणि त्यांच्यावर समान प्रेम असावं, कुणा एकाचंही पारडं जड नको. प्रेम व्यक्त करण्याच्या दोघांच्या पद्धती वेगळ्या असतात, हे मुलांना पटवून द्यायला हवं.

असं नाही. तुमच्या बाबांचं माझ्यावर खरंच खूप प्रेम आहे! ऑफिसात सोडायला, आणायला ते कधी आले नसतील; पण त्यांनी मला आयुष्यात उभं राहायला मदत केली आहे. त्यांच्या सपोर्टमुळे मी माझं अर्धवट राहिलेलं शिक्षण पूर्ण करू शकले. माझ्या परीक्षेच्या वेळेला ते तुम्हां दोघांना सांभाळायचे; म्हणून मी अभ्यास करू शकले. सलील जन्मला, तेव्हा घरातलं कुणीही माझ्यापाशी थांबू शकलं नव्हतं. तेव्हा त्यांनी माझी आईसारखी काळजी घेतली. प्रत्येक संकटात ते माझ्या पाठीशी उभे राहिले. सुखदुःखाच्या प्रत्येक प्रसंगात त्यांची साथ मला मिळाली; म्हणून मी माझं करिअर उत्तम प्रकारे घडवू शकले. प्रेम व्यक्त करण्याच्या प्रत्येकाच्या पद्धती वेगळ्या असतात. अशा किरकोळ गोष्टींवर आम्ही दोघं कधीही भांडलो नाही. जे सोयीस्कर आहे, ते करायचं, हे दोघांनी ठरवलं. तुमचे बाबा माझ्यावर प्रेम करतातच आणि माझंही त्यांच्यावर प्रेम आहे!"

मंजिरी त्यांना बरंच काही सांगत होती. दोघं भावंडं ऐकत होती. त्यांना माहीत नसलेले अनेक किस्से त्यांनी आईकडून ऐकले. दोघांनीही आईला मिठी मारली. आज त्यांना प्रेमाचा असाही एक अर्थ कळला होता!

मुलांशी वाद होताहेत?

'नाईट आउट पार्टी' या शब्दांचं अनेक पालकांशी नातं जरा तिखटच असतं. आपल्या मुलांनी, विशेषतः मुलींनी अशा पार्टीला जाऊ नये, हेच त्यांच्या मनात असतं. साहजिकच एखादीने मी पार्टीला जातेय म्हटल्यावर विरोध सुरू होतो. तुमच्या बाबतीत होतं असं?

"गार्गी, तुला एकदा सांगितलेलं कळतं नाही का? मी तुला त्या पार्टीला जायला परवानगी देणार नाहीये."

"आई, खूप दिवसांनी आम्ही सगळे जण भेटणार आहोत. दिवसभर कुणालाच जमत नाहीये; म्हणून शनिवारी रात्रीचा कार्यक्रम ठरवलाय. आणि, आता मी काही लहान आहे का? माझं मलाही कळतं, कुठं जायचं आणि कुठं नाही जायचं ते. रेवा आता लंडनला जाणार आहे. पुन्हा आम्ही कधी भेटू माहीत नाही. नंदिनी, रवी, राहुल सगळेच येणार आहेत. माझं ऐकून तरी घे, की आम्ही कशासाठी भेटणार आहोत ते."

"मला काहीच ऐकायचं नाहीये."

"मग मलाही तुझं काही ऐकायचं नाहीये. मला जे करायचं ते मी करणारच."

पालकांना मुलांची काळजी वाटणं साहजिकच आहे. त्याचं जे वागणं पटतं नाही त्याबद्दल विरोध करणं, त्यांना योग्य मार्ग दाखवणं हे आजिबात चुकीचं नाही, पण मुलांवर रागावून, चिडचिड करून उपयोग नाही, आई-वडिलांचे उपदेशाचे डोस म्हणजे त्यांना कटकट वाटते आणि नात्यातील अंतर वाढते. मुलांवर विश्वास दाखवणंही गरजेचं आहे. मुलांवर बंधनं लादली म्हणजे ते संस्कारी होतात असं नाही. त्यांच्याशी प्रेमाने बोलून त्याचं मन समजावून घेण्याचा प्रयत्न करावा.

गार्गी आणि तिची आई वैशाली यांच्यामध्ये चांगलीच खडाजंगी झाली. गार्गी बेडरूममध्ये गेली आणि तिने दरवाजा खाडकन लावून घेतला.

वैशालीची चिडचिड सुरूच होती. समोर बसलेल्या सासूबाईंकडे ती तक्रार करत होती. "बघितलंत का, आई, गार्गी कशी उद्धट झालीये ते? हल्ली अजिबात ऐकत नाही. स्वतःचंच खरं करते. सतत मित्रमैत्रिणी आणि फोन यांमध्ये बिझी असते. काही ना काही कारणं काढून बाहेर असते. आज ही मैत्रीण, उद्या तो मित्र, परवा काय कॉलेजच्या जुन्या मित्रमैत्रिणींचं गेट-टुगेदर... सतत हिचं काही ना काही सुरूच असतं. आता आपण तिच्या लग्नाचा विचार करतोय, तर घरात तिने थोडं तरी लक्ष घालायला नको का? घरात तिची अजिबात मदत नाहीये. शिक्षण झालं; आता नोकरी करायला लागलीये, म्हणजे स्वतःच्याच मर्जीने वागायचं का?"

नीताताई सगळं ऐकून घेत होत्या. वैशालीचं गार्गी-पुराण संपत नव्हतं. दोघी आपापल्या जागी बरोबर आहेत, हे त्यांना माहीत होतं. म्हणूनच, त्या दोघींच्या मध्ये पडल्या नव्हत्या; पण आज वैशाली गार्गीचं म्हणणं ऐकून न घेता तिला विरोध करत होती. 'नाइट आउट पार्टी'चं नाव घेताच तिचा पारा चढला होता.

तिची चिडचिड पाहून त्या तिला म्हणाल्या, "वैशाली, अग, किती त्रास करून घेतेस स्वतःला? आणि, तू अशी चिडचिड केलीस, रागावलीस, म्हणजे ती तुझं ऐकेल असं तुला वाटतंय का? तुझ्या अशा वागण्यामुळे ती तुझ्यापासून दूर जातेय. तुमच्या दोघींमध्ये पूर्वीसारखा संवाद होत नाही; वाद मात्र वाढत चालले आहेत."

"आई, म्हणजे तुम्हांलाही मीच चुकीची वाटते का? तिचं सगळं वागणं पटतंय का तुम्हांला? मी काय शत्रू आहे का तिची? आईच आहे ना? तिचं चांगलं व्हावं, असंच वाटतं ना मला? तिचं पाऊल वाकडं पडू नये, तिला समाजात कुणी नावं ठेवू नयेत म्हणूनच मी बोलतेय ना तिला; पण तिला माझं पटतं नाही आणि तुम्हांलाही माझं बोलणं पटतं नाहीये."

वैशाली आज चांगलीच चिडली होती. तिला समजावून सांगण्यासाठी त्या म्हणाल्या, "वैशाली, गैरसमज करून घेऊ नकोस. एक आई म्हणून तुला गार्गीची काळजी वाटणं साहजिकच आहे. तिचं जे वागणं पटतं नाही, त्याबद्दल तिला विरोध करणं, तिला योग्य मार्ग दाखवणं हे अजिबात चुकीचं नाही; पण तू जो मार्ग अवलंबत आहेस तो चुकीचा आहे. मुलांवर रागावून, चिडचिड करून उपयोग नाही. त्यांचं म्हणणं ऐकून घेणं, त्यांच्यावर विश्वास दाखवणंही गरजेचं आहे. आपल्या मुलांवर बंधनं लादली म्हणजे ती संस्कारी होतात, असं नाही.

आज केवळ 'नाइट आउट पार्टी' आहे, इतकं ऐकून तू गार्गीला विरोध करायला लागलीस. तिच्याशी प्रेमाने बोलून, तिचं नक्की काय ठरलंय ते समजून घेण्याचा प्रयत्नसुद्धा तू केला नाहीस. पालकांनी संवाद टाळला, की मुलंही संवाद टाळतात. आई-वडिलांचे उपदेशाचे डोस म्हणजे त्यांना कटकट वाटू लागते. आपलं म्हणणं पालक समजून घेऊच शकत नाहीत, असं त्यांना वाटू लागतं आणि मग नात्यातलं अंतर वाढतं. खरं तर तुमच्या दोघांच्या लग्नाचा २५वा वाढदिवस साजरा करण्यासाठी तिला तिच्या मित्रमैत्रिणींच्या मदतीने प्लॅनिंग करायचं आहे. आता सगळेच जण नोकरी-व्यवसायात गुंतलेले असल्याने पूर्वीसारखं केव्हाही भेटू शकत नाहीत; म्हणून बाहेर डिनर करून रात्री ते रेवाच्या फ्लॅटवर जमणार आहेत. तुला अन् वरदला सरप्राइज द्यायचं, असं तिने ठरवलं होतं आणि तू मात्र तिच्यावरच रागावतेयस."

नीताताईंचं बोलणं ऐकून वैशाली नरमली. 'आपण उगाचच आपल्या मुलीबद्दल वाईट विचार मनात आणले. मुलं प्रत्येक वेळी चुकतातच, असं नाही; पण आपणच त्यांच्याकडे एकाच चष्म्यातून पाहतो. आपल्या संस्कारांवर आणि आपल्या मुलांवर आपण विश्वास ठेवायला हवा,' हे वैशालीच्या लक्षात आलं. तिने गार्गीशी बोलायचं ठरवलं.

ताण असावा : ‘चॉकलेट की च्युइंगम?’

मुलांच्या परीक्षेचा ताण त्यांच्या पालकांवरच अधिक येतो, पण अनेकदा त्याचा अतिरेक होतो. आणि शरीर, मनावर त्याचा दुष्परिणाम होतो. कसा असावा हा ताण? चॉकलेट ताण हवा की च्युइंगम ताण?

“निधी, तू पिकनिकला येणारेस ना? ख्रिसमसची सुट्टी आहे आपल्याला. सगळं प्लॅनिंग करायचंय. लवकर चल. सगळ्याजणी आल्या असतील.”

“प्रज्ञा, अग, मी खरंच येऊ शकत नाही. नितीन दहावीत आहे. आपल्याला सुट्टी असली, तरी मला त्याची प्रीलिमची तयारी करून घ्यायचीये; त्यामुळे प्लीज यावर्षी मला अजिबात आग्रह करू नकोस.”

“निधी, अग, ही फक्त एका दिवसाची ट्रिप आहे आपल्या सोसायटीतल्या बायकांची. आपण सकाळी लवकर निघालो, की रात्री नऊ वाजेपर्यंत घरी परत येऊ. एक दिवस नीतू स्वतःचा अभ्यास स्वतः करेल ना.”

“अग, कसलं काय? तो स्वतःहून अभ्यास करणारा असता, तर मला एवढा त्रास झाला असता का? जानेवारी आणि फेब्रुवारी अशी दोन महिन्यांची सुट्टी घेतलीये मी. त्याच्याजवळ बसून त्याच्याकडून सगळं काही करून घ्यावं लागतं.”

“निधी, अग, त्याचे बाबा घरात असतील ना?”

"ते घरात असून काहीही उपयोग नाही. ते कधीही त्याचा अभ्यास घेत नाहीत. सगळं काही मलाच बघावं लागतं. नीतूचं टाइम-टेबल मी ठरवलंय. त्याला मी काहीही कमी पडू देत नाही. त्याने किती वाजता उठायचं, कोणत्या वेळेला काय करायचं, कोणत्या वेळेला कोणता पदार्थ खायचा... अगदी एकन्‌एक गोष्टीचं मी प्लॅनिंग केलंय. मी एक दिवस जरी नसले, तरी सगळं डिस्टर्ब होऊन जाईल. दहावी संपेपर्यंत माझा स्ट्रेस काही कमी व्हायचा नाही."

"निधी, अग, तुझा मुलगा दहावीला आहे; एवढं टेन्शन का घेतेयस तू? मुलं दहावी-बारावीला असली, की पालकांना टेन्शन असतं; पण त्या विषयाला किती ताणायचं, ते आपल्याला ठरवायचं असतं. तू स्वतःच्या सगळ्या ॲक्टिव्हिटीज बंद केल्यात. जिम बंद केलंयस; भिशी पार्टीत येणं बंद केलंयस. ऑफिसच्या, नातेवाइकांच्या कोणत्याही कार्यक्रमाला तू जात नाहीस; कुणातही मिसळत नाहीस. इतका ताण घेणं योग्य नाही. तू नीतूला सगळा अभ्यास रेडिमेड दिलास, तर त्याला त्याची किंमतच कळणार नाही. एखाद्या गोष्टीत यशस्वी व्हायचं असेल, तर आपण स्वतः कष्ट घ्यावे लागतात, हे त्याला कसं समजणार? तो आता लहान नाहीये. त्याचे प्रश्न सोडवणं त्याला जमायला हवं. सगळ्या ठिकाणी तू पुरी पडणार नाहीयेस."

"मुलांची अभ्यासाची महत्त्वाची वर्षं असतील, तर पालकांनीही गांभीर्य दाखवायला हवं; पण येणारा ताण हा 'चॉकलेट ताण' म्हणजे पटकन संपणारा घ्यायचा, की 'च्युइंगम ताण' म्हणजे दीर्घकाळ चालणारा घ्यायचा, हे आपणच ठरवायचं असतं. तू नीतूसाठी खूप करते आहेस; अवश्य कर; पण त्याचा तुझ्या शरीरावर, मनावर किती परिणाम होतोय, याचा कधी विचार केलायस का? 'त्याची दहावी', 'त्याची दहावी' हे पालुपद सुरू ठेवून तू स्वतःच्या आयुष्यातला सगळा आनंद घालवते आहेस. आणि, याचा ताण नीतूवरही येतोय, हे तुझ्या लक्षातही येत नाहीये. तो सतत दडपणाखाली असल्यासारखा वागतो. स्वतःहून मुलांशी खेळायला जात नाही. कधी खेळायला गेलाच, तरी मोकळेपणाने मुलांच्यात मिसळत नाही. त्याचं लक्ष सतत घड्याळाकडे असतं. तुझा आवाज आला, तरी तो दचकतो. हे त्याच्यावर तुझं प्रेम नव्हे, तर दहशत आहे. तो हुशार आहे, यात शंकाच नाही; पण सगळं येत असूनही या ताणामुळे तो परीक्षेत हवं तेवढं यश मिळवू शकला नाही, तर...?"

मुलांची दहावी-बारावी असली की पालकच ताण घेतात. पालकांचा हा ताण कळत-नकळत मुलांवर येतोच. मुलंही सतत दडपणाखाली असल्यासारखं वागतात. स्वतःहून खेळायला जात नाहीत, कधी खेळायला गेली तरीही मोकळेपणाने मिसळत नाही. सतत त्याचं लक्ष घड्याळाकडे असतं. पालकांचा आवाज आला तरी दचकतात. मुलांना पालकांचीच दहशत वाटायला लागते. मुलांची अभ्यासाची महत्त्वाची वर्षं असतील तर पालकांनीही गांभीर्य दाखवायला हवं, पण येणारा ताण हा 'चॉकलेट ताण' म्हणजे पटकन संपणारा ठेवायचा की, दीर्घकाल चालणारा 'च्युइंगम ताण' घ्यायचा हे आपणच ठरवायचं.

प्रज्ञा जे काही बोलत होती, ते निधी लक्षपूर्वक ऐकत होती; पण त्याचबरोबर आपलं नक्की काय चुकतंय, हेही तिच्या लक्षात येत होतं. 'हल्ली नीतू झोपेतून दचकून उठतो. त्या दिवशी तर 'मी खेळणार नाही. मी आधी अभ्यास पूर्ण करणार. नाही, नाही. मला खेळायला बोलवू नका,' असं तो झोपेत बडबडत होता. आपल्याकडून अतिरेक होतोय आणि 'त्याची दहावी' ही कॅसेट लावून आपण घरातलं वातावरण गभीर केलंय,' हे तिला जाणवलं. ती बराच वेळ स्वतःशीच विचार करत होती. 'प्रज्ञा म्हणतेय, तसा नीतूच्या दहावीचा ताण आपणच जास्त घेतलाय; आपणही थोडं बदलायला हवं,' हे निधीच्या लक्षात आलं.

ती म्हणाली, "प्रज्ञा, खरंय तुझं. मलासुद्धा थोडा बदल हवाच आहे. मी नक्की पिकनिकला येईन. आपण प्लॅनिंग करायला बसू या."

"ये हुई ना बात," असं म्हणून प्रज्ञाने तिला दाद दिली आणि खूप दिवसांनी निधी मनमोकळं हसली.

संस्कार 'नेट'चे की आजीचे?

मुलांवर चांगले संस्कार होणं गरजेचं असतं. घरातील ज्येष्ठमंडळी ते अधिक प्रेमाने देऊ शकतात. फक्त त्यांना समजून घ्यायला हवं. त्यांना नातवंडावर प्रेम करण्याचा आणि त्याचं चुकलं तर त्याला रागावण्याचाही अधिकार आहे. अनुभवी आजी-आजोबा मुलांना शिस्त लावण्याचा प्रयत्न करत असतील, तर त्यांना सहकार्य करावे. मुलांना त्यांच्यापासून दूर करू नये.

"सुवर्णा, अग, आजही उशीर झाला तुला. एका आठवड्यात दोनदा 'लेट मस्टर'वर सही केलीयेस तू. आता या महिन्यात पुन्हा उशीर झाला, तर एक रजा कापली जाईल तुझी. काही अडचण आहे का घरी?" ऑफिसच्या कॅंटीनमध्ये जाता जाता सुषमा आणि सुवर्णा दोघींचं बोलणं सुरू होतं.

"घरच्या अडचणी नेहमीच असतात आपल्याला, सुषमा. त्या काय संपणार आहेत का? तो 'बाईपण भारी देवा' बघितला ना मी, ते खरंच पटलं बघ. बायकांच्या व्यथा कधी संपणारच नाहीत."

"ते नेहमीचं पुराण मला सांगू नकोस. तुला आज का उशीर झाला ते सांग."

"मी लेकासाठी— गोलूसाठी— चांगल्या ठिकाणचं 'डे केअर सेंटर' किंवा पाळणाघर शोधत होते."

“का, ग? सासूबाई कुठं बाहेरगावी निघाल्यात का?”

“नाही, ग. त्या कुठंही जात नाहीयेत; पण आता मी गोलूला त्यांच्याकडे ठेवणार नाही. मला त्यांचं वागणं अजिबात पटतं नाहीये.”

“अग, त्या खूप कामाच्या आहेत, असं तू नेहमी म्हणत असतेस. मग अचानक काय झालं?”

“सुषमा, कामाच्या बाबतीत त्यांचा हात कुणीच धरू शकणार नाही. त्या एका वेळेस अनेक कामं करू शकतात; पण मुलांना शिस्त लावण्याच्या बाबतीत मला त्या अतिरेकी स्वभावाच्या वाटतात. मला त्यांचं अजिबातच पटत नाही.”

“सुवर्णा, अग, एवढं काय झालंय?”

“अग, मागच्या आठवड्यात गोलू दोनदा उपाशी राहिला. गेले चार दिवस त्याने दुपारी रडून रडून कहर केला. शेजारच्या काकूंनी मला सांगितलं, की सध्या तो रोज रडतो. एवढ्याशा मुलाशी सासूबाईंनी अबोला धरला आहे. आताशी चार पूर्ण होऊन पाचवं वर्ष लागलंय त्याला. त्याला काय समजतंय? त्याच्याशी असं वागावं का सासूबाईंनी?”

“पण, त्या अशा का वागतात आणि गोलू का उपाशी राहिला, हे तू त्यांना विचारलंस का?”

“हो, विचारलं ना. ‘त्याला शिस्त लावण्यासाठी मी हे करतेय,’ असं म्हणाल्या त्या. मुलं सगळे पदार्थ खात नाहीतच, हे आपल्याला माहीत आहे; पण मी त्याला कार्टून लावून दिलं, की तो कोणताही पदार्थ खातो. मग कटकट करत नाही. त्यांनी त्याला जेवताना मोबाईल, टीव्ही लावायचा नाही, असं सांगितलंय; त्यामुळे तो ताटात वाढलेलं खात नाही. मग त्या रागावतात. मी त्यांना किती वेळा सांगितलं, की कुठून तरी त्याच्या पोटात जाणं महत्त्वाचं आहे. मागच्या महिन्यातल्या आजारपणामुळे आधीच त्याचं वजन कमी झालंय. त्याला ‘कार्टून’ लावून दिलं, तर तो व्यवस्थित जेवतो; पण त्या ऐकत नाहीत. ‘त्याची ही सवय मला मोडायची आहे,’ असं म्हणतात. तो मोबाईलसाठी हट्ट करतो; ह्या त्याला अजिबात मोबाईल देत नाहीत. मग त्याची रडारड सुरू राहते. दोन दिवस तो रडून झोपला; पण ह्यांना मायेचा पाझर फुटला नाही. ‘त्याला भूक लागली, की आपोआप जेवेल,’ असं म्हणाल्या; पण तोही किरकिरा आणि हट्टी झालाय. तो नाहीच जेवला. मी घरी गेल्यावर माझा मोबाईल त्याला दिला, तेव्हा तो जेवला. त्याने आजीशी कट्टी केली.

म्हणून आता त्याही त्याच्याशी बोलत नाहीत. मागच्या आठवडाभर घरात हेच सुरू आहे. झोपतानाही मोबाईलवर गाणं लावून दिलं, की तो लगेच झोपतो. नाही तर झोपायलाही त्रास देतो. त्याची भूक भागली नाही आणि झोप झाली नाही, की तो जास्त चिडचिड करतो, हे त्यांना कळत नाही का? त्या अशा वागल्या, की मला आवडत नाही. मग आमच्या दोघींमध्ये कुरबुरी सुरू होतात. त्यापेक्षा मी गोलूला पाळणाघरात ठेवीन. आमच्या घराच्या पुढच्या चौकात एक नवीन पाळणाघर सुरू झालंय. तिथं मुलांकडे लक्ष देण्यासाठी तरुण मुली आहेत. मुलांसाठी आधुनिक खेळणी तर आहेतच; पण मुलांवर संस्कार करणारी 'कार्टून्स' मोठ्या स्क्रीनवर सतत सुरू असतात. त्यातून मुलं लवकर शिकतात. आज मी ते बघायला गेले होते; त्यामुळे ऑफिसला उशीर झाला."

"मुलांना खेळण्यासाठी काही कॉम्प्युटर गेम्स्सुद्धा तिथं त्यांनी डाउनलोड करून ठेवलेत. त्यातून मुलांची एकाग्रता वाढते; मुलांची विचार करण्याची क्षमता वाढते, असं मला कळलं. मुलांचा विकास करणाऱ्या कार्टून्स किंवा गेम्स्मध्ये त्यांना गुंतवून ठेवलं जातं. त्यातून त्यांच्यावर संस्कार केले जातात म्हणे. मुलांची भांडणं, मारामाऱ्या, रडारड मला तिथं अजिबात दिसली नाही. शिवाय, संध्याकाळी मुलांना वेफर्स, बर्गर, मॅगी यांसारखे त्यांच्या आवडीचे पदार्थही दिले जातात; त्यामुळे मुलं खूष असतात. मला तर तिथलं वातावरण खूपच आवडलं. गोलू तिथं बिझी राहील आणि नवीन काहीतरी शिकेल. मी आता एक तारखेपासून गोलूला तिथंच ठेवणार आहे. नवीन पिढी घडवण्यासाठी, आधुनिक सुविधांसह अगदी योग्य पाळणाघर आहे ते."

सुवर्णा नवं पाळणाघर आणि तिथल्या सुविधांबाबत भरभरून बोलत होती. गोलूच्या बाबतीतील आपली काळजीच मिटली, असं तिला वाटत होतं. सुषमाला मात्र तिचं बोलणं तितकंसं पटलं नाही. ती तिला समजावून सांगण्याचा प्रयत्न करू लागली, "सुवर्णा, या आधुनिक पाळणाघरात गोलू काय शिकणार आहे, तर म्हणे कार्टून्स्मधून जीवनसंस्कार. कॉम्प्युटर गेम्स खेळून त्याची एकाग्रता वाढणार आहे. त्याला एका जागी बसायची सवय लागणार आहे. स्क्रीनसमोर बसल्यानंतर तो डब्यातले आपण दिलेले सर्व पदार्थ संपवणार आहे. मॅगी, बर्गर, पिझ्झा, वेफर्स असे आवडीचे पदार्थ खाऊन त्याला 'फास्ट फूड' खाण्याची सवय लागणार आहे. सुवर्णा, तूच विचार कर, की त्याचा शारीरिक आणि मानसिक विकास खरंच त्या

पाळणाघरात होणार आहे का? अग, आजीचा प्रेमळ स्पर्श, तिने सांगितलेल्या गोष्टी, तिने त्याला स्वयंपाकघरात मदतीला घेऊन दिलेलं सामान्य ज्ञान, जेवताना अन् त्याच्याशी खेळताना त्याला दिलेले संस्कार या गोष्टींना तो मुकेल, असं तुला वाटत नाही का? आभासी संस्कारापेक्षा जे चालतं-बोलतं संस्काराचं ज्ञानपीठ तुझ्या घरात आहे, त्याचा लाभ घेण्याचं सोडून तू गोलूला अशा पाळणाघरात टाकणार? गोलूची आजी त्याच्यावर मनापासून प्रेम करते; म्हणूनच त्याच्या वाईट सवयी निघून जाव्यात, यासाठी त्या प्रयत्न करताहेत. त्यात त्यांचं कुठं चुकलं? सतत स्क्रीन डोळ्यासमोर असला, की मुलांच्या नैसर्गिक बुद्धीचा विकास होत नाही. ती आभासी दुनियेत रमतात. अगदी लहान मुलंही मोबाईलच्या व्यसनात अडकतात आणि स्वतःच्या मनासारखं झालं नाही, तर स्वतःला इजा करून घेणं किंवा स्वतःचं आयुष्य संपवण्याचा प्रयत्न करणं असे प्रकारही घडतात, हे आपण ऐकलंय. तुझ्या सासूबाईंना नातवावर प्रेम करण्याचा आणि त्याचं चुकलं, तर त्याला रागावण्याचाही अधिकार आहे. त्या अनुभवी आहेत. गोलूला आजीपासून दूर करू नकोस. उलट त्या ज्याप्रमाणे त्याला शिस्त लावण्याचा प्रयत्न करताहेत, त्याला तू सहकार्य कर, म्हणजे गोलूमध्ये लवकर बदल होतील.”

सतत स्क्रीन डोळ्यांसमोर ठेवला की, मुलांच्या नैसर्गिक बुद्धीचा विकास होत नाही, आभासी दुनियेत ते रमतात. अगदी लहान मुलंही मोबाईलच्या व्यसनात अडकतात आणि त्यांच्या मनासारखं झालं नाही, तर स्वतःला इजा करून घेतात. नेटवरून मिळणारे संस्कार आणि आजी-आजोबा यांच्याकडून मिळणारे जीवनसंस्कार यांमध्ये फरक असतो. एका आजीचा प्रेमळ स्पर्श, तिने सांगितलेल्या गोष्टी, तिने काम करता-करता दिलेलं सामान्यज्ञान, जेवताना, त्याच्याशी खेळताना त्याला दिलेले संस्कार, हे अधिक महत्त्वाचे असतात. आभासी संस्कारापेक्षा चालतं-बोलतं संस्काराचं ज्ञानपीठ घरात असेल, तर त्याचा लाभ मुलांना मिळावा, असे प्रयत्न करायला हवेत.

"तू ऑफिसमधून घरी गेल्यावर लगेच त्याला तुझा मोबाईल देऊ नकोस. आताच्या इंटरनेटच्या जमान्यात मुलांना स्क्रीनपासून अगदी लांब ठेवणं अशक्य आहे. त्याला त्या गोष्टी हाताळता यायला हव्यात; आपलं मूल मागे पडायला नको, याची काळजीही घ्यायला हवी; पण काही ठरावीक वेळ ठरवून तेवढ्यापुरताच त्याच्या हातात मोबाईल दे. त्याने सगळं खावं म्हणून मोबाईल दाखवत त्याला जेवण देणं हे त्याच्या तब्येतीसाठीही चांगलं नाही. कित्येक मुलांना आजी-आजोबांचं प्रेम मिळत नाही; पण तुझ्या घरात ते आहे, तर त्याचा आनंद त्याला घेऊ देत. घरातल्या आजीसारखं प्रेम तुला कुठंच मिळणार नाही."

सुषमाचं ऐकल्यावर सुवर्णाला आपलं चुकतंय, हे लक्षात आलं. ती म्हणाली, "सुषमा, तू म्हणते आहेस, ते बरोबर आहे. ऑफिसमध्ये कधी उशीर झाला, सुट्टीच्या दिवशीही काही कामासाठी ऑफिसमध्ये यावं लागलं, तरी सासूबाई घरात असल्यामुळे मी निर्धास्त असते. तू सांगितलेल्या या सगळ्या गोष्टींचा मी विचारच केला नव्हता. विनाकारण मी सासूबाईंबद्दल मनात राग धरला आणि पाळणाघर पाहायला गेले; पण वेळीच तुझ्याशी बोलणं झालं हे बरं झालं. आता मी निश्चिंत झाले."

दोघींनी आपला चहा संपवला आणि आपापल्या जागी जाऊन कामाला सुरुवात केली. सुवर्णाच्या डोक्यातलं भूत आणि डोक्यावरचं ओझं दोन्ही उतरलं होतं.

मुलांनाही नकार देता यावा!

आजकाल एकुलती एक मुलं असल्याने त्यांच्या पालकांना आपल्या मुलाला वा मुलीला काही कमी पडता कामा नये, असं वाटत असतं. पण त्या हट्ट पुरवण्याचे परिणाम वाईटच होतात. मुलांना नकार पचवता आले नाहीत, तर अनेक मुलं आत्महत्येचा मार्ग स्वीकारतात किंवा दुसऱ्याची हत्या करतात. समाजातील बऱ्या-वाईट गोष्टींना सामोरं जाण्यासाठी मुलांना सक्षम बनवायला हवं.

"मॅडम, मी आत येऊ का?" रेवतीने अदबीने विचारलं.

रमा मॅडम कामात होत्या. हेड ऑफिसला आजच रिपोर्टस पाठवणं आवश्यक होतं. तिथून वारंवार फोन येत होते; त्यातच 'बॅलन्स शीट' टॅली होत नव्हती. दोन क्लार्क सुट्टीवर असल्याने रमा मॅडमना स्वतःच बसून सगळं काम करावं लागणार होतं. त्या वैतागल्या होत्या; पण रेवती महत्त्वाचं काम असल्याशिवाय अशी मध्येच येणार नाही, हे त्यांना माहीत होतं. त्यांनी तिला आत बोलावलं.

"रेवती, मला काही रिपोर्टस अर्जंट पाठवायचे आहेत. तुझं जे काही काम आहे, ते पटकन सांग. या बँकेत स्टाफला काही शिस्तच राहिलेली नाही. अचानक

फोन करून सुट्टी घेतल्याचं कळवतात. जबाबदारीचं भानच नाही," काम करता करता रमा मॅडमची बडबड सुरू होती.

आता जो विषय आपण बोलायला आलो आहोत, त्याची ही योग्य वेळ नव्हे, हे रेवतीच्या लक्षात आलं.

ती म्हणाली, "मॅडम, मी तुम्हांला मदत करते." असं म्हणून तिने कॉम्प्युटरचा ताबा घेतला. बॅलन्स शीटमध्ये नक्की काय चुकलंय ते तिच्या लक्षात आलं. तिने पटकन दुरुस्ती करून रिपोर्टही तयार केला आणि मॅडमना विचारून पाठवलासुद्धा. रमा मॅडमनी हेड ऑफिसला फोन करून मेल पाठवल्याचं सांगितलं. त्यांना हायसं वाटलं.

त्या गटगटा ग्लासभर पाणी प्याल्या आणि रेवतीला म्हणाल्या, "धन्यवाद, रेवती. तू मदत केल्यामुळे मला रिपोर्ट वेळेवर पाठवता आला. माझं टेन्शन कमी केलंस तू. खरंच थँक यू. हो; पण या सगळ्या गडबडीत तू कशासाठी आली होतीस ते सांगितलंच नाहीस. काय काम होतं तुझं?"

रमा मॅडमचा मूड आता चांगला झालाय, हे पाहून रेवतीने बोलायला सुरुवात केली, "मॅडम, मला पर्सनल लोन हवं होतं."

"रेवती, अग, तुझं होम लोन सुरू आहेच. मग आता पर्सनल लोन कशासाठी? काही अडचण आहे का? मोकळेपणाने बोल बरं माझ्याशी."

"मॅडम, सईला डेंटल कॉलेजमध्ये ॲडमिशन घ्यायची आहे. फायनल राउंडमध्ये तिला हवं ते कॉलेज मिळालं नाही; म्हणून मग मॅनेजमेंट कोट्यातून त्या कॉलेजमध्ये प्रवेश घ्यायचाय. त्यासाठी पैसे भरावे लागणार आहेत. त्याच कॉलेजमध्ये जायचंय, असा हट्ट ती धरून बसलीये."

रेवतीने सईची प्रवेशप्रक्रिया, तिला मिळालेले मार्क्स आणि विशिष्ट कॉलेजमध्येच प्रवेश घ्यायचा असेल, तर देणगी स्वरूपात द्यावी लागणारी रक्कम इत्यादी माहिती रमा मॅडमना तपशीलवार दिली. थोडक्यात, आपल्या लेकीला तिच्या आवडीचं कॉलेज मिळावं म्हणून डोनेशन देण्यासाठी रेवतीला कर्ज हवं होतं. रेवती आणि सूरजने लहानपणापासून सईचे सगळे लाड पुरवले होते. एकुलती एक मुलगी असल्याने तिचा प्रत्येक शब्द त्यांनी झेलला होता.

कोविडच्या काळात सूरजचा बिझनेस ढासळला होता. त्यातच होती-नव्हती ती गुंतवणूक सासू-सासऱ्यांच्या आजारपणासाठी खर्च झाली. घराच्या कर्जाचे हप्ते

सुरू होते. इतकी आर्थिक अडचण असताना केवळ लेकीच्या हट्टासाठी रेवतीने कर्ज काढावं, हे रमा मॅडमना पटलं नाही. या बाबतीत तिच्याशी बोलणं गरजेचं आहे, असं त्यांना वाटलं.

"रेवती, महत्त्वाचं कारण असतं, तर तुझं पर्सनल लोन मी लगेच मंजूर केलं असतं; पण डोनेशन देण्यासाठी कर्ज का काढत आहेस? लेकीचे सगळे लाड पुरवणं योग्य नाही. सूरज आणि तुझ्या कष्टांची आणि त्यागाची किंमत तिला आहे का, याचाही विचार कर. मुळात तिला विशिष्ट कॉलेज हवं असेल, तर तिने तेवढा अभ्यास करायला हवा होता. ती तिची जबाबदारी आहे."

"मॅडम, मी आणि सूरज आमचं कर्तव्य पूर्ण करत आहोत. सूरज म्हणतो, 'आपण कष्ट करतो अन् पैसे कमवतो, ते कुणासाठी? एकुलती एक लेक आहे. तिच्या म्हणण्याप्रमाणे आपण केलं, तर बिघडलं कुठे?' आत्तापर्यंत आम्ही तिला काहीही कमी पडू दिलं नाही. यात आमचं काही चुकतंय का?" रेवती स्वतःची भूमिका स्पष्ट करत होती. तिचा आणि सूरजचा प्रयत्न प्रामाणिक असला, तरी त्याचे दुष्परिणाम त्यांच्या लक्षात येत नव्हते.

"खरं सांगू का रेवती तुला? चुकतंय तुमचं; तुम्हांला आपल्या वागण्यात बदल करायला हवा. आपण किती चांगले पालक आहोत, हे सिद्ध करण्याच्या

> आम्ही किती चांगले पालक आहोत; हे सिद्ध करण्याच्या नादात मुलांचे सगळे हट्ट पूर्ण केले जातात. याचा मुलांवर नक्की काय परिणाम होत आहे, याचा विचार पालक करत नाहीत. जे मागेल ते आपल्याला मिळतंय, हे कळल्यावर आई-वडील आपल्यासाठी सर्व करतात, याबाबतची जाणीव त्यांना राहात नाही. 'तुम्ही तुमचं कर्तव्य केलंत,' असं बोलणाऱ्या मुलांना कर्तव्य पार पाडत असताना पालकांना कोणत्या दिव्यातून जावं लागलं, हे कळतही नाही. आयुष्यात पुढे जाण्यासाठी आपल्या मनाविरुद्ध गोष्टी घडल्या तरीही आपल्याला पुढे जाता यायला पाहिजे, हे त्यांनी शिकायला हवं. मुलांना नकारही पचवता आले पाहिजेत.

नादात, मुलीवर नक्की काय परिणाम होतोय, याचा विचार तुम्ही केला नाहीत; त्यामुळे ती हट्टी बनत चालली आहे. आपण जे मागू, ते आपल्याला मिळतंय, हे तिच्या आता लक्षात आलेलं आहे. तुझ्या कष्टांची तिला जाणीव नाहीये. आई-वडील आपल्यासाठी सर्वकाही करतात, याचं तिला काहीच वाटत नाहीये.

उद्या तुम्हांला ती असंच म्हणणार आहे, 'तुम्ही तुमचं कर्तव्य केलंत.' पण, हे कर्तव्य पार पाडत असताना तुम्हांला कोणत्या दिव्यातून जावं लागलं किंवा लागतंय, याची तिला जाणीव आहे का?

"रेवती, आपल्या मनाविरुद्ध गोष्टी घडल्या, तरीही आपल्याला आयुष्यात पुढे जाता यायला पाहिजे, हे तिने आता शिकायला हवं. तिला नकारही पचवता आले पाहिजेत. मुलांना नकार पचवता आले नाहीत, तर ती आत्महत्येचा मार्ग स्वीकारतात किंवा दुसऱ्याची हत्या करतात, अशी उदाहरणं आपण सध्या वर्तमानपत्रात वाचतो आहोत. त्यामुळे सजग राहणं गरजेचं आहे. तुमच्या अडचणी तिने समजून घेतल्या पाहिजेत. मुलांना हवं ते दिलं म्हणजेच आपलं त्यांच्यावर प्रेम असतं, असं नाही. पुढच्या आयुष्यात बऱ्यावाईट गोष्टींना सामोरं जाण्यासाठी तिला सक्षम बनवायला हवं. कोणत्या कॉलेजमध्ये आपण शिकतो, यावरून आपलं स्टेटस ठरत नाही. उलट घेतलेल्या शिक्षणाचा उपयोग आपण कसा करतो, ते अधिक महत्त्वाचं असतं, हे तिला समजावून सांगा.

"सईने तिच्या मेरिटनुसार तिला मिळालेल्या कॉलेजमध्ये शिकायला हवं. तुम्ही दोघंही याबद्दल आग्रही राहा. तेच तुमच्या आणि तिच्या हिताचं आहे. मी काय सांगतेय, ते पटतंय ना तुला?"

रमा मॅडम तिच्याशी बराच वेळ बोलत होत्या. तिला त्यांच्यासारखं समजावून सांगणारं, जवळचं असं कुणी नव्हतं. त्यामुळे आज तिने त्यांच्यासमोर मनसोक्त रडून घेतलं. त्यांचं म्हणणं तिला पटलं होतं.

"मॅडम, मी आणि सूरज मुलीवर आंधळं प्रेम करत होतो. मुलीला सगळी सुखं द्यायची, असं आम्ही ठरवलं होतं; त्यामुळे आम्ही तिला कधी दुखावलं नाही. आणि, सतत तिच्या म्हणण्यानुसार वागत राहिलो. मी माझ्या वागण्यात बदल करेन. सूरजलाही हे समजावून सांगेन. सईने तिच्या आयुष्यात खऱ्या अर्थाने यशस्वी व्हावं, याकरिता प्रयत्न करेन," रेवती ठामपणे म्हणाली.

आई घरातही 'बॉस'!

ऑफिसमध्ये बॉस असलेली आई घरात येऊन कामं सांगायला लागली, की मुलं वैतागतात. विशेषत: वयात येणाऱ्या मुलांना तर ती कटकटच वाटते. मग चिडचिड, रागावणं अपरिहार्य ठरतं. आणि मुलं आपलं काहीच ऐकत नाहीत, या जाणिवेने आईला निराश व्हायला होतं. काय करायला हवं त्यासाठी...

"रेवा, तुला दिसत नाही का? किती पसारा पडलाय घरात? धुतलेले कपडे व्यवस्थित घड्या घालून ठेव, असं तुला मी ऑफिसला जाताना सांगितलं होतं. मी जाऊन परत आले, तरी दिवसभर कपडे तसेच बेडवर पडून आहेत."

"रोहन, तुला मी लाइटचं बिल भरायला आणि सिलेंडर बुक करायला सांगितला होता. तुझ्याकडूनही कामं झालेली नाहीत?"

आपण सांगितलेली कोणतीही कामे झालेली नाहीत, हे पाहून ऑफिसमधून आलेल्या संजीवनीची चिडचिड सुरू झाली. रेवा आईला समजावून सांगण्याचा प्रयत्न करत होती, "आई, अग तू ऑफिसला गेल्यानंतर राधिकाचा फोन आला. तिची तब्येत बिघडली होती. तिच्या रूम पार्टनर्ससुद्धा सुट्टीसाठी घरी गेलेल्या आहेत. अशा वेळी तिने माझी मदत मागितली, तर मला जायला हवं ना? म्हणून

मी तिच्याबरोबर दवाखान्यात गेले होते. मी आत्ताच घरी परत आले आहे. मी खूप दमले आहे. प्लीज, आजच्या दिवस तू आवर ना. नाही, तर मी माझ्या सवडीने आवरेन. तू उगाच चिडचिड करू नकोस."

"सगळ्या जगाला मदत करायला धावशील; पण आईला मदत करणार नाहीस. काहीतरी कारणं ठरलेलीच असतात." संजीवनीची बडबड सुरूच होती. आता तिचा मोर्चा पुन्हा रोहनकडे वळला. "बोला, चिरंजीव, आपल्याकडून कामं झाली नाहीत, याची आज काय कारणं सांगणार आहात आपण?"

"आई, माझं उद्या सबमिशन आहे. सगळी ड्रॉइंग्ज मला आजच्या आज पूर्ण करायची आहेत. प्रोजेक्ट रायटिंगपण सुरू आहे. त्यात बिल भरायला आणि सिलेंडर बुक करायला कुठून वेळ काढू?"

"वेळच्या वेळी सबमिशन केलं नाही, की शेवटच्या दिवशी तुमची गडबड उडते. वेळेवर काम करायची सवयच नाही ना? ऑनलाइन बिल भरायला आणि सिलेंडर बुक करायला असा कितीसा वेळ लागतो? आमच्या लहानपणी होतं, त्यासारखं रांगेत उभं राहायचं नाहीये, की सिलेंडर उचलून आणायचा नाहीये. मग तू तुझ्या शेड्युलमधून थोडा वेळ घरच्या कामांसाठी काढायला नकोस का? बाबा इथं नसतात, हे माहीत असूनही तुम्हांला आईला मदत करावी, असं वाटत नाही," संजीवनी कितीतरी वेळ बडबड करत होती.

तिचं पुराण काही संपेना, तेव्हा रेवा म्हणाली, "आई बास ना आता. किती कटकट करतेस? तुला मदत करायची नसती, तर आम्ही काहीच केलं नसतं. आमच्या सवडीने का होईना, आम्ही कामं करतोय ना? आणि, थोडा उशीर झाला, तर बिघडलं कुठं? तुझ्या ऑफिसमध्ये तुला 'बेस्ट परफॉर्मर'चं बक्षीस मिळतं, तसं घरातली कामं वेळेवर पूर्ण झाली म्हणून तुला कुणी बक्षीस देणार नाहीये."

रोहनलाही आईच्या बडबडीचा त्रास व्हायला लागला. "जाऊ दे, रेवा, तू कशाला तिला काही सांगतेस? तिला घरातही ऑर्डर्स सोडायची सवय झाली आहे. इतका वेळ घरात शांतता होती. मला माझं काम मन लावून करता येत होतं; पण ही घरात आली अन् कटकट, लेक्चरबाजी सुरू झाली. मला आता काहीच ऐकायचं नाहीये," असं म्हणून तो स्वतःच्या खोलीमध्ये गेला आणि त्याने दार धाडकन लावून घेतलं.

संजीवनी हताश होऊन सोफ्यावर बसून राहिली. तेवढ्यात तिच्या सासूबाई हातात चहाचा कप घेऊन आल्या. म्हणाल्या, "संजू, शांतपणे बैस जरा. हा बघ, मी गवती चहा आणि आलं घालून मस्त चहा केलाय. ऑफिसमधून दमून आली आहेस तू. चहा घे, म्हणजे तुला छान वाटेल."

"आई, अहो, तुम्ही कशाला चहा बनवला? मंदा कामावर आली नाही का?"

"आज मंदाच्या मुलीची तब्येत बिघडल्यामुळे ती कामावर आली नाहीये. आणखी दोन दिवस ती येणार नाहीये."

"छान! म्हणजे आता स्वयंपाकही मलाच करावा लागेल."

"तू काळजी करू नकोस. करू आपण काहीतरी. मी मदत करेन तुला."

"आई, अहो, तुम्ही कशाला सगळं करत बसलात? तुम्ही कामं करायची आणि मुलांनी आपली मनमानी करायची, हेच मला आवडत नाही."

"संजीवनी, अग, तू चिडचिड केल्यावर मुलं तुझं ऐकतील, असं वाटतंय का तुला? या वयातल्या मुलांवर ओरडून, रागावून, चिडून काहीही उपयोग होत नाही. उलट त्यामुळे ती जास्तच विक्षिप्त वागतात."

संजीवनी आता खरंच हतबल झाली. तिच्या बोलण्याचा मुलांवर काही परिणाम होत नाही, हे तिलाही दिसत होतं. सूरज कामानिमित्त सहा महिने शिपवर असायचा. संजीवनीला त्याच्याशी महिनोन्महिने बोलताही यायचं नाही. संसाराची संपूर्ण जबाबदारी तिच्यावरच होती. विधवा सासूबाई आणि मुलं यांची ती सर्वतोपरी काळजी घेत होती; पण आपण कुठं कमी पडतोय, हेच तिला समजत नव्हतं.

आज तिने सासूबाईंपाशी आपलं मन मोकळं केलं. ती म्हणाली, "तुम्हीच सांगा, आई, माझं कुठं चुकतंय? सूरज इथं नसल्यामुळे मुलांना कोणताही धाक राहिलेला नाही, की माझ्या कर्तव्यात मी कमी पडतेय? मुलं माझ्याशी अशी का वागताहेत?"

मुलांचे आणि संजीवनीचे सतत खटके उडतायत, हे सासूबाई पाहातच होत्या; पण संजीवनीलाही कुणीतरी समजून सांगायला हवं होतं. त्या म्हणाल्या, "तुला राग येणार नसेल, तर मी सांगते. तुझ्या कर्तव्यात तू कोणतीही कसूर करत नाहीयेस, हे खरं आहे; पण तुझं त्यांच्याशी वागणं चुकतंय. मुलं प्रौढ झाल्यानंतर पालकांनी काहीही सांगितलेलं त्यांच्या लगेच पचनी पडत नाही. सूचना दिलेल्या तर त्यांना अजिबात आवडत नाहीत. पालकांनी कितीही चांगलं सांगितलं, तरी

त्यांना ती कटकट वाटते. त्यांना पालक समजून घेत नाही, असं त्यांना वाटतं. अशा वेळी त्यांच्याशी त्यांच्या पातळीवर जाऊन संवाद साधणं गरजेचं असतं. मुलं तुझ्यापासून लांब जाऊ नयेत, असं तुला वाटत असेल, तर तूही मुलांच्या मनाचा विचार करायला हवास. तुझ्या वागण्यात अन् बोलण्यात बदल करायला हवास. संजीवनी, तू ऑफिसमध्ये बॉस आहेस; तू सांगितलेली कामं ऑफिसमध्ये सगळ्यांना ऐकावी लागतात आणि तुलाही त्यांच्याकडून ती करवून घ्यावी लागतात. तिथं तू ऑर्डर्स देऊ शकतेस; पण कौटुंबिक नाती वेगळी असतात. कुटुंबात तुला ऑफिससारखं वागून चालणार नाही. इथं तुला पत्नी, सून, आई या भूमिका पार पाडायच्या आहेत. भावनिक बंध आणि नाती टिकवायची आहेत.

"सगळी कामं वेळेवर व्हावीत, ही तुझी अपेक्षा चुकीची नाही; पण त्याचा हट्ट धरू नकोस. मुलांनाही समजून घे. रोहन आज दिवसभर त्याच्या कामात बिझी होता. वेळेवर सबमिशन व्हायला हवं, हा ताण त्याच्यावरही आहे; त्यामुळे सांगितलेली कामं त्याच्या हातून झाली नाहीत. रेवाची मैत्रीण आजारी होती; ती तिच्या मदतीसाठी धावून गेली, यात तिची काय चूक झाली? वेळेत काम नाही झालं तिच्याकडून; पण दोन्ही मुलांनी 'आम्ही काम करणारच नाही,' असं सांगितलं का तुला? त्यांच्यावर काम सोपवलं, की ते करतात. मग त्यात थोडा उशीर झाला, तर दुर्लक्ष करायचं.

मुलं प्रौढ झाल्यानंतर पालकांनी काहीही सांगितलेलं लगेचच त्यांच्या पचनी पडत नाही, सूचना दिलेल्या तर आजिबात आवडत नाहीत. पालकांनी कितीही चांगलं सांगितलं तरी त्यांना ती कटकट वाटते. अशा वेळी त्यांच्याशी त्यांच्या पातळीवर जाऊन संवाद साधणं गरजेचं आहे. आई ऑफिसमध्ये 'बॉस' असेल तरीही कुटुंबात तिला पत्नी, सून, आई या भूमिका पार पाडायच्या असतात. कौटुंबिक नाती वेगळी असतात. भावनिक बंध आणि नाती टिकवायची असतील, तर मुलांनी आपलं सगळं ऐकायलाच हवं हा अट्टहास धरू नये...

तुझं ऑफिस आणि तुझं घर यांचे तू वेगवेगळे कप्पे करायला हवेस. ऑफिसमधला ताण तू घरी आणायचा नाहीस आणि घरचा ताण ऑफिसमध्ये घेऊन जायचा नाहीस. असं केलंस, तर तुझ्या मनावर दडपण येणार नाही. तुझं मनःस्वास्थ्य चांगलं राहील आणि त्यामुळे कुटुंबातलं वातावरणही चांगलं राहील. मी काय म्हणतेय, ते पटतंय का तुला?"

"हो, आई. ऑफिस आणि घर या दोन तारांवर कसरत करताना माझ्याकडूनही चुका होतायत."

सासू-सुनांच्या गप्पा सुरू होत्या, तेवढ्यात रोहन आला आणि म्हणाला, "सिलेंडर उद्या येईल आणि लाइट बिल भरलं आहे, ते एकदा बघून घे."

आतून रेवाचा आवाज आला, "कपडे आवरून वॉर्डरोबमध्ये ठेवलेत."

संजीवनीने सासूबाईंकडे बघितलं. त्यांनीही हसून मान डोलावली. तिने दोन्ही मुलांना आवाज दिला, "रेवा, रोहन, दोघं बाहेर या. आज मंदा सुट्टीवर आहे. घरात काही करण्यापेक्षा आपण सगळे जण जेवायला बाहेर जाऊ या."

"आई, अजून माझी दोन ड्रॉइंग्ज् बाकी आहेत आणि एक प्रोजेक्टपण राहिलाय. प्लीज, ऑनलाइन काहीतरी मागवू या का?" रोहन म्हणाला.

रेवा आतूनच ओरडली, "आई पिझ्झा ऑर्डर करू या. खूप दिवसांत खाल्ला नाहीये."

"अरे, दोघांनी आजीचा विचार करा. आणि, मग ऑर्डर करा."

"मला पिझ्झा चालेल. आणि, रेवा, माझ्या आवडीचा चीज चिली टोस्टसुद्धा मागव." आजी म्हणाली.

संजीवनी आश्चर्याने सासूबाईंकडे पाहू लागली आणि तिलाही कळलं, की त्यांच्यासारखं प्रवाहाबरोबर चालायला शिकलं पाहिजे; मुलांच्या मनाचाही विचार केला पाहिजे.

'डायन', 'हिटलर'... वगैरे!

मुलांच्या शालेय आणि महाविद्यालयीन जीवनातल्या महत्त्वाच्या वर्षांत पालकांनाही ताण येणं साहजिकच. पण म्हणून सारखं मुलांच्या मागे लागलं, तरी त्याचा उलटा परिणाम होण्याची शक्यता असते. अभ्यासाचा आणि स्पर्धेचा ताण न घेताही चांगली कामगिरी करता येते, पण त्यासाठी मुलांच्या आजूबाजूला तसं पूरक वातावरण हवं...

"अपूर्वा, अग, तुम्ही अभ्यासासाठी एकत्र आल्या आहात ना? परीक्षा अगदी जवळ आलीये. बारावीचं वर्षं आहे. आता जरा सीरियस व्हा."

"आई, अग, आमचं सगळं प्लॅनिंग झालंय. थोडावेळ ब्रेक घेऊन आम्ही 'चिल मारतो' आणि मग पुन्हा सुरू करतो. तू टेन्शन घेऊ नकोस."

अपूर्वाच्या मैत्रिणी घरी अभ्यासासाठी आल्या होत्या. मुलांची बारावी म्हणजे खरं तर मुलांपेक्षा आई-वडिलांनाच टेन्शन. आसावरी सुट्टी घेऊन अपूर्वासाठी घरी थांबली होती.

मुलींसाठी चहा आणि स्नॅक्स घेऊन ती खोलीत गेली, तेव्हा मुली सायन्सच्या आकृत्या काढण्यात मग्न होत्या. त्यांनी अगदी प्रामाणिकपणे आपापले फोन

बाजूला ठेवले होते. तेवढ्यात सानियाचा फोन वाजला. ती आसावरीला म्हणाली, “काकू, प्लीज कुणाचा फोन आहे ते बघता का?”

आसावरीने हातातल्या कपबश्या बाजूला ठेवून फोन बघितला, तर स्क्रीनवर ‘डायन’ असं दिसत होतं! सानियाला सांगताच ती पटकन म्हणाली, “काकू, फोन उचलू नका. फक्त साउंड म्यूट करा.”

आसावरीने फोनचा आवाज बंद केला आणि स्क्रीन बघून ती म्हणाली, “सानिया, अग, ‘डायन’चे आठ मिस्ड कॉल्स आणि ‘हिटलर’चे बारा मिस्ड कॉल्स दिसतायत... कोण आहेत हे? आणि, तू त्यांचा फोन का घेत नाहीयेस? तुला कुणी त्रास देतंय का?”

आसावरी हे बोलल्यावर मुलींमध्ये चांगलाच हशा पिकला. ती गोंधळूनच गेली. शेवटी न राहवून अपूर्वा म्हणाली, “अग, तिच्या मम्माचे आणि पप्पाचे फोन येताहेत.”

“काय हे, सानिया! आई-वडिलांचा फोन असं कुणी ‘डायन’ आणि ‘हिटलर’ म्हणून सेव्ह करतं का?” खरं तर आसावरीला तिच्या या वागण्याचा खूपच राग आला होता.

“काकू, अहो ते दोघंही तसंच वागतात. पप्पा घरात सतत हुकूम सोडत असतात. ते ऑफिसमध्ये बॉस आहेत. त्यांना तिथं तसंच वागावं लागतं; पण घरातही ते तसंच वागतात. सगळ्या गोष्टी त्यांच्याच इच्छेप्रमाणे व्हायला हव्यात, असं त्यांना वाटतं. आता माझंच बघा ना, मला सायन्समध्ये अजिबात इंटरेस्ट

> पालकांनी आपले विचार मुलांवर लादून चालतच नाही. त्यांच्या विचारांचा, भावनांचा आदर नक्कीच केला पाहिजे. बऱ्याच वेळा मुलांना आपण नक्की पुढे काय करावं, याचं ज्ञान नसतं. किंवा आपले मित्र-मैत्रिणी जे करतात तेच आपल्याला करायचं आहे, असं त्यांना वाटत असतं. पण अशा वेळी पालकांनी आपल्या मुलांचा कल बघून त्याला विविध मार्ग सुचवावेत आणि त्याचं महत्त्वही समजावून सांगावं, म्हणजे त्यांना योग्य दिशेकडे नेता येईल.

नव्हता; पण त्यांनी मला अकरावीला सायन्सला ॲडमिशन घेतली. त्यात मला 'पीसीएमबी' अजिबात घ्यायचं नव्हतं; पण जबरदस्तीने बायॉलॉजी घ्यावं लागलं. मी कुठे जायचं, कुठे नाही, काय खायचं, काय नाही, कधी झोपायचं, कधी उठायचं, हे सगळं तेच ठरवतात. ही हिटलरशाही नाही, तर काय आहे? माझी मम्मापण तशीच आहे. सारखी घरात कटकट करते. एक तर तिला माझ्याकडे लक्ष द्यायला अजिबात वेळ नाहीये. म्हणून सतत फोनवर मी कुठे आहे, मी काय करते आहे, हे ऑफिसमधून विचारत राहते. रात्री सगळे जण घरात असलो, तरी एकतर त्या दोघांचं फोनवर काहीतरी बोलणं सुरू असतं, नाहीतर दोघांची भांडणं सुरू असतात.

"मी डॉक्टर व्हावं, अशी पप्पाची इच्छा आहे, तर इंजीनिअर होऊन परदेशात जावं, अशी मम्माची इच्छा आहे. माझ्यावरून घरात सतत कटकट सुरू असते. माझी बारावीची परीक्षा एवढी जवळ आलीये; पण दोघांनाही माझ्यासाठी वेळ काढता येत नाहीये. दोघंही फक्त माझ्याकडून ढीगभर अपेक्षा ठेवतात; पण मला नक्की काय हवंय, याचा विचार करत नाहीत. किमान परीक्षेच्या काळात तरी मला घरात शांतता हवी असते; पण आजच दोघांचं खूप मोठं भांडण झालं. विषय होता– माझ्या बारावीनंतर मी कोणत्या 'सीईटी' द्यायच्या. दोघंही आपापला मुद्दा सोडायला तयार नव्हते. माझं बाहुलं करून टाकलंय दोघांनी. ते सांगतील, तसं मी वळायचं. त्यातही दोघांचं एकमत कधीच नसतं. मी मम्माचं ऐकावं की पप्पांचं, या बाबतीत मी नेहमीच कन्फ्युज्ड असते.

"मला काय वाटतं, याचा विचारच करत नाहीत ते. आता काकू तुम्हीच सांगा, की मग मी या नावांनी त्यांचा नंबर 'सेव्ह' केला, तर माझं काय चुकलं? आज तर मी त्यांना न सांगताच तुमच्याकडे अभ्यासाला आली आहे. म्हणूनच, आत्ता मी कुठे आहे, हे बघण्यासाठी ते फोन करतायत."

पालकांनी आपले विचार मुलांवर लादून चालत नाही, ही सानियाची बाजू योग्य होती. पालकांनी मुलांच्या विचारांचा, भावनांचा आदर नक्कीच केला पाहिजे. बऱ्याच वेळा मुलांना आपण पुढे नक्की कशात करिअर करावं, याचं ज्ञान नसतं. किंवा, 'आपले मित्रमैत्रिणी जे करतील, तेच आपल्याला करायचं आहे,' असं त्यांना वाटत असतं. अशा वेळी पालकांनी आपल्या मुलाचा कल बघून, त्याला विविध मार्ग सुचवावेत आणि त्यांचं महत्त्वसुद्धा समजावून सांगावं.

मुलांसमोर बोलताना पालकांचं एकमत होणं आवश्यक आहे आणि ते होत नसेल, तरीही एकमेकांचा मुद्दा खोडून काढून, वाद घालण्यापेक्षा मुलांच्या दृष्टीने काय योग्य आहे, याचा विचार करायला हवा. मुलांसमोर झालेल्या वादामुळे मुलं बऱ्याचदा कोमेजून जातात. त्यांच्या शारीरिक आणि मानसिक आरोग्यावर त्याचा परिणाम होत असतो. याउलट काही वेळेला मात्र मुलं स्मार्ट होतात आणि दोन्ही पालकांना फसवत राहतात. म्हणूनच, आपले मतभेद शक्यतो मुलांसमोर यायला नकोत, याची काळजी घेणं गरजेचं आहे.

आसावरीचं आत्मचिंतन सुरू होतं; पण त्याच वेळी तिने सानियालाही समजावून सांगितलं, "सानिया, आई-बाबांना फोन करून तू इथं असल्याचं सांग बरं! ते दोघंही काळजी करत असतील. त्या दोघांच्या वागण्याचा तुला त्रास होत असला, तरी ते तुझ्या भल्याचाच विचार करताहेत. त्यांच्या काही गोष्टी पटल्या नाहीत, तरी त्यांचा रागराग न करता, त्यांचा मान ठेवणं गरजेचं आहे. त्या दोघांनाही तुझं म्हणणं नक्की पटेल. तूही बोल त्यांच्याशी."

आता सानियालाही आसावरीचं म्हणणं पटलं होतं. ती मम्माला फोन लावण्यासाठी उठलीच...

मुलीचं बालपण संपवताय?

मुलीची मासिक पाळी सुरू झाली की, आईला तिची काळजी वाटायला लागते. काळजी वाटणं स्वाभाविक आहे, मात्र ती अति होत नाही ना याचीही काळजी घ्यायला हवी. मुलगी वयात आल्यावर तिला तिच्या आरोग्यसंरक्षणासाठी आवश्यक सगळ्या गोष्टी पालकांनी नीट समजून सांगायला हव्यात, मात्र तिला भीती न घालता आणि मुख्य म्हणजे तिचं बालपण न संपवता.

"बाबा, मला तुझ्याबरोबर पुरंदरला यायचं आहे. मी ट्रेकिंग कॅम्पला येणार," पिंकीचा बाबाकडे हट्ट सुरू होता; पण विनीता तिला पाठवायला तयार होत नव्हती.
"पिंकी, तुला सांगितलं ना, की या वेळेस तू जायचं नाही."
"बाबा, तू तरी आईला सांग ना. ती माझं ऐकत नाहीये. किती दिवसांनी तू ट्रेकिंग कॅम्प घेऊन चालला आहेस. मी येणार तुझ्याबरोबर," पिंकीचा हट्ट सुरूच होता.

आता मात्र विनीता खूपच चिडली. "नाही म्हणजे नाही. जा, तू तुझ्या खोलीत जाऊन अभ्यास करत बैस. काही म्हणजे काही कळत नाही तुला. आता तू मोठी

झालीयेस. बाबाबरोबर कुठंही जायचं नाही, मी बरोबर असेन, तेव्हाच तुला जाता येईल."

पिंकी पाय आपटत निघून गेली. आई असं का बोलतेय, हे तिला कळत नव्हतं; पण वीरेनच्या ते लक्षात आलं होतं.

"विनीता, पिंकी अजून निरागस आहे. तिचं बालपण तू का हिरावून घेतेयस? किती बंधन लादतेयस तिच्यावर? बाबाच्या मांडीला मांडी लावून बसायचं नाही; त्याच्या गळ्यात पडायचं नाही; त्याच्याबरोबर एकटं बाहेर जायचं नाही... आणि आणखी कितीतरी. अग, बाप असून मला तिला जवळ घेता येत नाही; कुरवाळता येत नाही; तिचे लाड करता येत नाहीत. कारण का, तर आता तिची मासिक पाळी सुरू झालीये. ती लगेच मोठी झाली, असं तुला वाटायला लागलंय. इतके दिवस माझ्या अंगाखांद्यावर खेळलेली माझी लेक मला परकी झालीये. मी मोकळेपणाने तिच्याशी वागू, बोलू शकत नाही."

आता मात्र विनीता अधिकच भडकली, "तू मलाच दोष दे. नेहमी माझंच चुकतं का? पिंकीला कळत नाही; पण तुलाही हे समजू नये? अरे, या वयातच मुलींना या गोष्टी समजावून सांगायला हव्यात. मुलीची मासिक पाळी सुरू झाली, की आईला काय टेन्शन येतं, ते तुम्हां पुरुषांना कधीच कळणार नाही. आपली मुलगी मोठी झाली, याचा आनंद होण्याऐवजी एक अनामिक भीतीच तिच्या मनात

लहान मुलींवर होणाऱ्या लैंगिक अत्याचाराच्या बातम्या वाचनात आल्या की, मन सैरभैर होतं. आपल्या लेकीची काळजी वाटत राहते. परंतु आई-वडील दोघांनी एकत्र येऊन तिची काळजी घ्यायला हवी. मासिक पाळीमध्ये मुलीमध्ये होणारे बदल बापालाही समजायला हवेत, तिची मानसिकता दोघांनी लक्षात घ्यायला हवी, शरीरातील बदलांना कसं सामोरं जायचं याबाबत तिला नक्की प्रशिक्षण द्या; पण आतापासूनच इकडं जायचं नाही, तिकडं जायचं नाही, यांच्याजवळ बसायचं नाही. त्याच्याशी बोलायचं नाही, अशी बंधने तिच्यावर नकोत... तिला मुक्तपणे जगू दे. तिच्या स्वच्छंदी जगण्यावर मर्यादा घालायला नकोत.

निर्माण होते. पुरुषी स्पर्शापासून आपल्या मुलीला कसं लांब ठेवता येईल, याचा ती सतत विचार करत असते. या अडनिड्या वयातल्या मुलींना स्पर्श ओळखता येत नाहीत; त्यामुळे त्यांची फसवणूक होण्याची शक्यता असते. लहान मुलींवर होणाऱ्या लैंगिक अत्याचाराच्या बातम्या वाचनात आल्या, की मन सैरभैर होतं. नाही नाही ते विचार मनात येतात. एखाद्या मुलीची फसवणूक झालेली दिसली; तिच्यावर झालेला अन्याय बातमीमधून कळला, की मन पेटून उठतं आणि आपल्या लेकीची काळजी वाटत राहते. तिच्यावर अशी बंधनं घालण्यात मला आनंद वाटतो का? पण, तिच्या वागण्यात बदल व्हायला हवेत. तिचा हूडपणा जायला हवा. स्वतःमध्ये होणारा शारीरिक बदल तिच्या लक्षात यायला हवा; म्हणून मी सगळं करतेय आणि तू मलाच दोष देतोस?"

विनीताची काळजी खरी असली, तरी तिची पिंकीशी वागण्याची पद्धत चुकीची होती. तिला वेगळ्या भाषेत आणि वेगळ्या पद्धतीने हळूहळू समज देणं आवश्यक आहे, हे विनीताला कळत नव्हतं आणि त्यामुळे तिची वीरेनशी वादावादी होत होती. आपल्यावरून हे दोघं का भांडतायत, हे पिंकीला कळत नव्हतं. आपल्या घरातलं वातावरण बिघडत चाललंय, हे मात्र दोघांनाही कळत होतं.

आज मात्र सगळं बोलताना विनीता रडायलाच लागली. 'खरोखर आपलं चुकतंय का? आपण मुलीचं बालपण संपवतोय का?' याची बोचणी तिलाही लागून राहिली होती. तिचा आवेग बघून वीरेनने तिला शांत केलं. तिचा हात हातात घेतला.

तो म्हणाला, "विनीता, पिंकी आपल्या दोघांची मुलगी आहे. तुला जेवढी तिची काळजी आहे, तेवढीच एक बाप म्हणून मलाही आहे. आता आपण भांडत बसण्यापेक्षा दोघांनी एकत्र येऊन तिची काळजी घ्यायला हवी.

"मासिक पाळीमध्ये मुलीमध्ये होणारे बदल बापालाही समजायला हवेत. तिची मानसिकता दोघांनी लक्षात घ्यायला हवी. ती तुझ्या एकटीची जबाबदारी नाही. आता समाज बदललाय. पूर्वी या गोष्टी पुरुषांपर्यंत यायच्याही नाहीत; पण आता आपल्या मुलीसाठी 'सॅनिटरी नॅपकिन' आणायला एखादा बाबाही जातो. स्पर्शज्ञानाच्या गोष्टी बाबासुद्धा मुलीला समजावून सांगतो. खूप टेन्शन न घेता, गप्पाटप्पांमध्येही या गोष्टी मुलींना समजावून सांगता येतात. आता मुलींचं मासिक पाळी सुरू होण्याचं वय कमी झालंय.

“आपली पिंकीच बघ ना, आत्ताशी चौथी इयत्ता संपवून पाचवीत गेलीये. मागच्या महिन्यात तिचा दहावा वाढदिवस झाला. मग दहा वर्षांची आपली पिंकी इतकी मोठी झाली का, की तिने धमाल अन् मस्ती सोडावी? तिने कोणती काळजी घ्यायची, हे आपण तिला नक्की समजावून सांगू. शरीरातल्या बदलांना कसं सामोरं जायचं, याबाबतही प्रशिक्षण देऊ; पण आतापासूनच ‘इकडे जायचं नाही,’ ‘तिकडे जायचं नाही,’ ‘यांच्याजवळ बसायचं नाही,’ ‘त्याच्याशी बोलायचं नाही’, अशी बंधनं तू तिच्यावर लादू नकोस. तिला मुक्तपणे जगू दे. तू अशी बंधनं तिच्यावर लादशील, तर ‘प्रत्येक पुरुषाचा स्पर्श वाईट असतो,’ असं तिला वाटायला लागेल. तिच्या संपूर्ण व्यक्तिमत्त्वावर त्याचा परिणाम होईल. आपण तिची नक्की काळजी घेऊ; पण तिच्या मुक्त उडण्यावर तू मर्यादा घालू नकोस. काळजी करू नकोस; या सगळ्या प्रवासात मी तुझ्याबरोबर आहे.”

वीरेनचं हे बोलणं ऐकून आणि त्याचा तो आश्वासक स्पर्श अनुभवून विनीताला हायसं वाटलं. तिने आपल्या अश्रूंना वाट करून दिली आणि जरा सावरल्यावर लेकीला आवाज दिला, “पिंकी, अभ्यास लवकर आवर. तुला बाबाबरोबर ट्रेकिंगला जायचंय.”

स्मार्ट पालकत्व करा!

मुलांना उन्हाळ्याच्या सुट्टीत वेगवेगळ्या क्लासेसमध्ये अडकून ठेवू नका, हे ठीक आहे. मात्र मुलांना जीवनमूल्ये शिकवणंही गरजेचं आहे, परंतु पुरेसा वेळ मुलांना देणं पालकांच्यासाठीही अवघडच असतं. म्हणूनच 'समर कॅम्प,' 'कौशल्य वर्ग' यांसारख्या 'सपोर्ट सिस्टीम'ची मदत घेणं आता अनिवार्य झालं आहे.

"राकेश, मागच्या आठवड्यात अमेयची परीक्षा संपली अन् त्याला सुट्टी लागलीये. १५ जूनपर्यंत त्याला सुट्टी आहे. त्याच्यासाठी मी दोन समर कॅम्प्स आणि कौशल्य उपक्रमाच्या एका क्लासची चौकशी केलीये. तुलाही इमेल केलाय. वेळ झाल्यावर वाच. या एक तारखेपासून त्याच्या ॲक्टिव्हिटीज् सुरू होतील."

"रजनी, तू फायनल कर. जे योग्य असेल, ते ठरव. फक्त बजेट मला कळव, म्हणजे मला तशी व्यवस्था करता येईल."

मेघाताई मुलगी आणि जावई यांचं बोलणं ऐकत होत्या. अमेय आत्ता कुठे आठ वर्षांचा होत होता. इतक्या लहान वयातच मुलांना एवढं बिझी ठेवायचं, हे काही त्यांना पटत नव्हतं; म्हणून त्या म्हणाल्या, "रजनी, अमेयला जरा मोकळं खेळू देत. त्याच्या मनासारखं त्याला वागू देत. शाळेच्या रुटीनमध्ये मुले

वेळापत्रकाला बांधलेली असतातच. शाळेसाठी त्याला पहाटे साडेसहा वाजता तयार व्हावं लागतं. दुपारी शाळेतून आल्यावर होमवर्क, मग बॅडमिंटनचा क्लास यांमध्ये तो बिझी राहतो. त्याला त्याच्या मित्रांशी खेळायला वेळच राहात नाही. त्याला आता सुट्टी एन्जॉय करू देत. उगाचच कॅम्प्स आणि क्लास कशाला करायला लावतेयस? पैशांचा अपव्यय नुसता. खरं तर मुलं घरातच खूप शिकतात. त्यासाठी पालकांनीही वेळ काढणं गरजेचं असतं. मुलांबरोबर खेळावं; त्यांना गोष्टी सांगाव्यात; स्वयंपाकघरातसुद्धा त्यांना मदतीला घ्यावं. घरातले संस्कारच जास्त महत्त्वाचे असतात."

"आई, तू म्हणतेस ते बरोबर आहे. घरातच मुलं खूप काही शिकतात, यावर काही दुमत नाहीच. तेवढ्यासाठीच मी 'वर्क फ्रॉम होम' मागून घेतलं आहे. राकेशसुद्धा त्याच्यासाठी वेळ काढतोच; पण आता जीवनमूल्यं बदलली आहेत. घरातल्या संस्काराबरोबरच जीवनमूल्यांचे संस्कार समाजातून मिळणं आणि बदलत्या जीवनपद्धतीत टिकून राहण्यासाठी त्याला सक्षम करणं हेही तेवढंच महत्त्वाचं आहे. पूर्वीची परिस्थिती आता राहिलेली नाही. मुलांना मामाचा गावच राहिलेला नाही. शहरात मैदाने नाहीत. मुलांना खेळायला जागा नाही. एका मुलावरच थांबलेली कुटुंबं जास्त आहेत. भावंडांमधलं शेअरिंग मुलांना माहीत नाही. त्यामुळेच समर कॅम्प किंवा कौशल्य उपक्रमासारख्या 'सपोर्ट सिस्टिम'ची

मुलांना घडवताना बाहेरच्या जगाचं ज्ञान देणंही महत्त्वाचं आहे. मुलं संस्कारांसोबतच स्मार्ट कशी होतील, याचा विचार करायला हवा. ससा आणि कासवाच्या शर्यतीत ससा का हरला? हे सांगताना, स्पर्धा कुणासोबत करावी? हे शिकवणंही गरजेचं आहे. मोबाईल, संगणक यांपासून मुलांना लांब ठेवता येणार नाही, पण मुलांच्या ज्ञानवृद्धीसाठी त्याचा उपयोग कसा करायचा हे मुलांना शिकवायला हवं. फक्त प्रत्येक पालकांनी आपल्या मुलांच्या गरजा, त्यांचे गुण-अवगुण ओळखून त्यांच्या सर्वांगीण विकासासाठी योग्य 'सपोर्ट सिस्टिम'ची निवड करणं गरजेचं आहे...

सध्या गरज आहे. तिथं समवयस्क मुलं भेटतात; एकत्र येतात. शेअरिंग शिकवलं जातं. तज्ज्ञ प्रशिक्षकांच्या मार्गदर्शनाखाली मुलांना नवीन खेळ शिकवले जातात. साहसी उपक्रम राबवून मुलांमधली भीती कमी केली जाते.''

''आई-वडिलांच्या संरक्षक कवचातून बाहेर पडून त्यांना परिस्थितीला सामोरं जाण्याचं कौशल्य शिकवलं जातं. मनाविरुद्ध घडलं, तरी त्याचा मुकाबला कसा करायचा, एकमेकांना मदत करून मैत्र कसं जपायचं, याविषयीचं मार्गदर्शन केलं जातं. त्यातून मुलांच्या नवीन ओळखी होतात. मागच्या वर्षी अमेयच्या समर कॅम्पमधल्या मुलांची सहल एका अनाथाश्रमात गेली होती. त्या मुलांशी मैत्री करून, त्यांना कसा आधार द्यायचा, हे कॅम्पमधल्या मुलांना शिकवलं गेलं. त्याचा परिणाम असा झाला, की अमेयने सुचवल्याप्रमाणे, आम्ही आता तिथं नियमितपणे जातो. काही वेळ त्यांच्याबरोबर घालवतो. आम्हांलाही त्याच्या या निर्णयाचं कौतुक वाटलं.''

''सध्याच्या काळात आई-वडील दोघंही आपापल्या नोकरी-व्यवसायात व्यग्र असतात. स्पर्धेच्या युगात टिकण्यासाठी त्यांना करिअरची आव्हाने स्वीकारावी लागतात. मुलांना पुरेसा वेळ देणं त्यांच्यासाठीही अवघड असतं. शिवाय, मुलांना घडवताना त्यांना बाहेरच्या जगाचं ज्ञान देणंही आवश्यक आहे. मुलं स्मार्ट कशी होतील, याचाही विचार करावा लागतो. ससा आणि कासवाच्या शर्यतीत 'ससा का हरला,' हे सांगताना स्पर्धा कुणासोबत करावी, हे शिकवणंही गरजेचं असतं. मोबाईल, संगणक यांपासून मुलांना लांब ठेवता येणार नाही; पण त्यांचा उपयोग ज्ञानवृद्धीसाठी कसा करायचा, हे मुलांना शिकवता येईल. प्रत्येक पालकाने आपल्या मुलांच्या गरजा, त्यांचे गुण-अवगुण ओळखून त्यांच्या सर्वांगीण विकासासाठी योग्य त्या सपोर्ट सिस्टिमची निवड करणं गरजेचं आहे.''

मेघाताई लेकीचं बोलणं मनापासून ऐकत होत्या. 'पालकत्वाच्या संकल्पना बदलत चालल्या आहेत. पालकांनी पारंपरिक गोष्टी धरून न ठेवता, स्मार्ट होणं गरजेचं आहे,' हे त्यांच्याही लक्षात आलं. आपली मुलगी 'स्मार्ट पॅरेंटिंग' करते आहे, हे पाहून त्यांना तिचं कौतुकही वाटलं.

मुलांच्या जगातून पालक हरवतात?

नोकरी आणि संसार यांच्या व्यापात घरातल्या आपल्याच लोकांसाठी जाणीवपूर्वक वेळ काढणं नोकरदार स्त्रीला अनेकदा कठीण जातं. पण तो काढायला हवा!

"मावशी, मला महत्त्वाचं तुझ्याशी बोलायचं आहे. मी तुझ्या क्लिनिकमध्ये येऊ का?" प्रतिमाने विचारलं.

मावशीने 'हो' म्हटल्यामुळे प्रतिमाला बरं वाटलं. काही गोष्टी ती आई-बाबांशीही बोलू शकत नव्हती. मावशी 'चाईल्ड सायकॉलॉजिस्ट' असल्याने ती आपल्याला व्यवस्थित मार्गदर्शन करू शकेल, याची तिला खात्री होती. तिच्या ऑफिसमधून ती लवकर निघाली आणि मावशीच्या क्लिनिकला पोहोचली.

"प्रतिमा, तू काय घेणार, चहा, कॉफी की ज्यूस सांग!"

"मावशी, मला काहीच नको, फक्त तुझा वेळ दे, मला तुझ्याशी खूप महत्त्वाचं बोलायचं आहे." तिने लगेच बोलायलाच सुरुवात केली.

"मावशी, सोनू आता चार वर्षांचा झाला. बऱ्याच गोष्टी त्याला आता समजू लागल्या आहेत. मी दिवसभर ऑफिसमध्ये असते. माझ्या सासूबाई त्याला सांभाळतात. त्यांची त्याला खूप सवय झाली आहे. त्यामुळे तो त्यांना सोडून

माझ्याकडे पटकन येतच नाही. आशिषला 'वर्क फ्रॉम होम' असतं त्यामुळे तो ही घरात असल्याने त्याचीही त्याला सवय झाली आहे. फक्त माझ्याकडे तो येत नाही. त्याच्या मनातून आई हरवून जाईल का ग? सर्वांच्याच घरात थोडेफार मतभेद असतात. तसंच आमच्याही घरात आहेत.

आशिषला बायकोपेक्षा आई अधिक प्रिय आहे. बऱ्याचदा आमच्या भांडणामध्ये 'एकवेळ तुझ्यापासून दूर होईन, पण मी माझ्या आईपासून कधीही दूर जाणार नाही.' असं तो म्हणतो.

अगदीच आमच्या दोघांचं जमलचं नाही आणि वेगळं होण्याचीच वेळ आलीच तर माझा सोनू माझ्याकडे राहील का? माझ्या ऑफिसमधल्या एका मैत्रिणीची घटस्फोटाची केस चालू आहे, पण तिच्या सासूने मुलीला स्वत: जवळ ठेवून घेतलं आहे. नवरा कस्टडी द्यायला तयार नाही. त्यांनी त्या मुलीला काय शिकवलं ते माहिती नाही, पण आता कोर्टामध्ये गेल्यावर ती मुलगी आईशी बोलायलाही तयार नाही. मावशी माझ्या बाबतीत असं काही होणार नाही ना? तू या क्षेत्रात काम करतेस म्हणून तुला विचारते आहे. मुलं खरंच आपल्या आईपासून एवढ्या दूर जातात? लहानपणी आईपासून एकही क्षण दूर न होणारी मुलं अशी आईला विसरतात?"

प्रतिमाच्या डोक्यात काय चाललं आहे. हे मावशीच्या लक्षात आलं. इतरांचे अनुभव बघून स्वतःच्याही बाबतीत असंच घडेल असा विचार मनात आणून 'ओव्हर थिंकिंग' करण्याचा तिचा स्वभाव त्यांना चांगलाच माहिती होता. तिच्या डोक्यातील हे खुळं काढून टाकणं गरजेचं होतं.

आई हे संस्कारांचं पहिलं व्यासपीठ असतं. काम करताना, स्वयंपाक करतानाही मुलांचा वावर आईभोवती असतो. मुलांच्या मनातील आई व वडिलांबद्दलचे प्रेम आणि नैसर्गिक ओढ असते. मुलं सांभाळण्यासाठी 'सपोर्ट सिस्टीम' असली तरीही मुलांसाठी आई-वडिलांनी वेळ देणं हेही खूप महत्त्वाचं असतं. आपल्या वेळेचं नियोजन करून मुलांसाठी वेळ काढायला हवा अन्यथा मुले दूर जातील.

"प्रतिमा, तुझ्या आईनेही नोकरी केली, तू सुद्धा तुझ्या आजीकडे वाढली आहेस. लहानपणी तुला फक्त आजीच हवी असायची, पण तू तुझ्या आईपासून दूर झालीस का? आईची जागा वेगळी असते आणि आईबद्दलचं नैसर्गिक प्रेमही असतं.

सोनू तुला विसरेल. तो तुझ्यापासून दूर जाईल असा विचार का करतेस? काही कुटुंबात वाद असतात. मुद्दाम एका पालकापासून दुसऱ्याला लांब ठेवण्याचा प्रयत्न केला जातो किंवा मुलांच्या मनात काहीही भरवून देण्याचा प्रयत्न केला तरीही मुलांच्या मनातील आई व वडिलांबद्दलचे बद्दलचे प्रेम आणि नैसर्गिक ओढ कायम असते.

काही वेळा मुलं ज्या पालकाकडे राहात असतं. त्याचा कळत-नकळत मुलावर प्रभाव अधिक असतो. त्यामुळे मुलं बोलत नाही. आपल्या भावना व्यक्त करत नाही, पण आम्ही मुलांची सायकॉलॉजी ओळखतो. मुलांच्या मनातील भीती आणि गैरसमज दूर केले तर त्यांच्या अंतर्मनातील भाव ओळखता येतात.

प्रतिमा, तू सोनूला फार वेळ देऊ शकत नसलीस तरी त्याला क्वालिटी टाइम दे. जेव्हा तू घरी पोहोचशील तेव्हा काही वेळ तरी त्याच्यासोबत खेळत जा. सुट्टीच्या दिवशी घरातील काही कामं राहिली तरी चालतील, पण त्याला तुझ्या सहवासात राहता येईल असं नियोजन कर. आई हे संस्कारांचं पहिलं व्यासपीठ असतं. तू तुझं काम करताना, स्वयंपाक करतानाही त्याचा वावर तुझ्या भोवती असू दे. तो त्रास देतो म्हणून सासूबाईंनीचं सांभाळावं असं करू नकोस. मुलं सांभाळण्यासाठी 'सपोर्ट सिस्टीम' असली तरीही मुलांसाठी आई-वडिलांनी वेळ देणं हेही खूप महत्त्वाचं असतं. तू त्याला दूर करशील, तर आणि तेव्हाच तो तुझ्यापासून दूर जाईल. म्हणूनच तुझ्या वेळेचं नियोजन कर. त्याला वेळ देत राहा आणि नको ते विचार करणं सोडून दे, भविष्यकाळात असं घडेल याचा विचार करण्यापेक्षा वर्तमानातील आनंद शोधण्याचा प्रयत्न कर!"

मावशीने सांगितलेली चाईल्ड सायकॉलॉजी प्रतिमाच्या लक्षात आली आणि तिच्या मनावरचं ओझं उतरलं. सोनूला कसा वेळ देता येईल, याचं नियोजन करतच ती घरी पोहोचली.

मुलांना परावलंबी करताय?

मुलं लहानाची मोठी होत जातात त्याच दरम्यान त्यांच्यावर संस्कार होणं गरजेचं असतं. साधी-साधी जीवनकौशल्यं मुलांना स्वत:चे निर्णय योग्य पद्धतीने घ्यायला शिकवतात.

"रागिणी, तुझी तब्येत बरी नाही, तर आज तन्वीला आणायला जाऊ नकोस, तिला ऑटोने यायला सांग." सुधाकरराव सूनबाईंना समजावून सांगत होते, पण रागिणीला ते पटतं नव्हतं.

"नाही बाबा, मीच जाते, आता थोडं बरं वाटतंय मला. हल्ली मुलींची किती फसवणूक होते हे आपण ऐकतोय ना? ती बारा वर्षांची, आडनिड्या वयाची पोर आहे. एकटीला कुठे पाठवायला भीतीच वाटते."

"अग, पण आता कुठं तुझा ताप उतरतोय. पुन्हा ताप वाढला तर काय करायचं? मलाही डोळ्याने नीट दिसत नाही. नाहीतर मी गेलो असतो. तुझी तब्येत महत्त्वाची आहे. तू आजारी पडलीस तर घरचे सर्व व्यवहार ठप्प होतील. तुषारला घराकडे बघायला वेळ नसतो. तुला तुझं ऑफिस बघून घरचंही सगळं एकटीला बघावं लागतं. तन्वीची शाळा, क्लासेस सगळं तूच सांभाळतेस. तुझी तब्येत तुला सांभाळायला हवी ना?"

"बाबा, तुम्ही काळजी करू नका. मी सर्व बघेन, तिचा क्लास संपायला अजून वेळ आहे. तोपर्यंत मी विश्रांती घेते."

रागिणीची धावपळ सुधाकरराव रोज पाहात होते. तन्वीचं सगळं तिच करायची. सुधाकररवांना कधी-कधी आताच्या मुलांचा हेवा वाटायचा. आताच्या मुलांना त्यांच्या आवडीनिवडी जपणारी 'मॉम' मिळाली आहे, मागण्यापूर्वीच सर्व गोष्टी मिळतात, घरातील कामात मदत सोडाच, त्यांचं स्वतःचंही त्यांना काही करावंच लागत नाही.

सुधाकरराव कितीतरी वेळा रागिणीला म्हणाले, "सूनबाई, आता तन्वीला घरातील छोटी-छोटी कामं सांगत जा. जेवणाची तयारी करणं, मागील गोष्टी आवरणं, भाजी निवडून देणं, किरकोळ कामात तिची मदत घेत जा!"

पण त्यावर तिचं म्हणणं असायचं, "बाबा, अजून ती लहान आहे, आणि मुलींना लग्न झाल्यावर सगळं करावंच लागतं. उगाच आत्तापासून कामात तिला गुंतवायला नको."

त्यामुळे आता त्यांनी त्याबाबतीत काही बोलणंच सोडून दिलं होतं. घरात कोणतेही वाद नकोत, म्हणून ते शांतच राहायचे.

तन्वीचा क्लास संपला होता, ती आईला फोन करत होती, पण रागिणीला झोप लागली होती. औषधं घेतल्याने तिला ग्लानी आली होती.

सुधाकररावांनी तन्वीचा फोन घेतला आणि आई आजारी असल्याने, आजच्या दिवस एकटीला यायला सांगितलं. 'एकट्याने कसं जायचं?' म्हणून ती तिथंच रडत बसली. आजोबांनी पुन्हा फोन केल्यावर, "मला खूप भीती वाटतेय." असं ती म्हणाली.

शेवटी तिचं 'लाईव्ह लोकेशन'मागून सुधारकररावांनी तिच्यासाठी कॅब पाठवली आणि तेव्हा ती घरात पोहोचली.

ती घरात आल्यावर आजोबांनी तिला स्वतःच्या हाताने जेवण वाढून घ्यायला सांगितलं. जेवून झाल्यावरहोमवर्क करण्यासाठी बसवलं. काही वेळाने रागिणीला जाग आली आणि तन्वीला घरात बघून तिला आश्चर्य वाटलं. तिला खूपच अपराधी वाटायला लागलं.

"सॉरी तन्वी. मला झोप लागली, पण तू घरी कशी आलीस?"तन्वीने सर्व हकीकत आईला सांगितली.

मुलांवर अडचणीची वेळ आली तर अशा वेळी कसं वागायचं हे शिकवणारे कोणतेही क्लासेस नसतात, मुलांना अडचणी येऊ देत, त्या अनुभवातूनच मुलं शिकतात. मुलांसाठी आम्ही किती करतो, याचं समाधान पालकांना मिळतं, पण त्यामुळे आपण आपल्याच मुलांना परावलंबी करत आहोत. बसमधून जाता-येता येणारे अनुभव त्यांना येऊ देत, स्वतः सायकल चालवत क्लासला जाण्याचे कष्ट घेऊ देत. घरातील मोठ्या माणसांची सेवा करायची असते, अडचणीच्या वेळेस आईला किचनमध्येही मदत करायची असते, हेही शिकू देत. जीवनकौशल्याचे धडे मुलांना घरातूनच मिळायला हवेत.

सुधाकररावांकडे बघून रागिणी म्हणाली, “थँक्यू बाबा. आज तुम्ही सगळे सांभाळून घेतलं, नाहीतर तन्वीला एकटीला काहीच सुचलं नसतं. एकटीच कुठंतरी गेली असती तर?”

रागिणीच्या मनात आणखीही काही विचार आले आणि तिच्या अंगावर सरसरून काटा आला.

रागिणीला समजवायची हीच वेळ आहे, हे जाणून सुधाकरराव तिला म्हणाले, “रागिणी, तू तन्वीसाठी सगळी धडपड करतेस, वाट्टेल ते कष्ट घेण्याची तयारी दाखवतेस. तिच्यासाठी हिरकणी बनण्याचा प्रयत्न करतेस, पण त्यामुळे तिला स्वतःला काहीच करावं लागतं नाही, कधी अडचणीची वेळ आली तर काय करावं, याचा निर्णय घेण्याची क्षमता तिच्याकडे नाही. त्यामुळे आज ऑटो करून घरी कसं यायचं हेही तिला समजत नव्हतं. नुसती भीती त्यांच्या डोक्यात भरवून उपयोगी नाही. अशा वेळी नेमकं काय करायचं याची त्यांना माहिती करून द्यायला हवी.

“मुलांना अडचणी येऊ देत. त्यातूनच ते शिकत असतात. अडचणींच्या वेळी कसं वागायचं हे शिकवणारे कोणतेही क्लासेस नसतात, अनुभवातूनच मुलं शिकत असतात. ‘मुलीसाठी मी किती करते,’ याचं तुला समाधान मिळतं, पण त्यामुळे आपण आपल्याच मुलीला परावलंबी करत आहोत, हे तुझ्या लक्षात येत नाही. बसमधून जाता-येता येणारे अनुभव तिलाही येऊ देत, स्वतः सायकल

चालवत क्लासला जाण्याचे कष्ट तिलाही घेऊ देत. घरातील मोठ्या माणसांची सेवा करायची असते, अडचणीच्या वेळेस आईला किचनमध्येही मदत करायची असते, हे तिलाही शिकू देत. जीवनकौशल्याचे धडे तिला घरातूनच मिळायला हवेत."

सुधाकररावांचं म्हणणं आज रागिणीला पटलं होतं, आतापर्यंत आपण तन्वीला कधीही एकटं सोडलं नाही. पण आपण सोबत नसतानाही तिला तिचा निर्णय घेता येणं गरजेचं आहे, प्रत्येक क्षणी आपण तिच्या सोबत असू शकणार नाही, अडचणीचे प्रसंग तिच्यावरही येऊ शकतात, तेव्हा रडत न बसता तिला तिचा मार्ग काढता यायला हवा, हे आजच्या अनुभवानंतर तिच्या लक्षात आलं होतं. तन्वीला स्वावलंबी करून घरातूनच जीवनसंस्कार मिळणं आवश्यक आहे, हे तिच्या लक्षात आलं. आता पहिला बदल स्वतःमध्येच करायचा असं तिने मनोमन ठरवलं.

'स्मार्ट आजी' व्हायलाच हवं...

'पालकांनी सांगेल ते डोळे झाकून ऐकायचं,' हे पूर्वी शिकवलं जायचं. त्यांच्या काळात मुलांना पालकांकडे केवळ आपलं मत व्यक्त करता येत होतं, पण आताची पिढी अधिक 'स्मार्ट' झाली आहे. कोणतीही गोष्ट का करायची, हे पटल्याशिवाय केवळ पालकांनी सांगितलं म्हणून करणं त्यांना पटतं नाही.

"अरुंधती, सोनू माझं अजिबात ऐकत नाही. उगाच प्रश्न विचारत बसतो. तू ऑफिसला गेल्यावर तुझ्यासारखं त्याच्याशी बोलणं आणि वागणं मला जमत नाही. मग माझीपण चिडचिड होते."

मनीषाताई आज सुनेकडे तक्रार करत होत्या. नातू सांगितलेल्या गोष्टी ऐकत नाही, याचा त्यांना त्रास होत होता. सोनूला प्रत्येक गोष्टीचं स्पष्टीकरण हवं असायचं. त्याचं समाधान झाल्याशिवाय तो शांत बसायचा नाही. एकदा त्या त्याला म्हसोबाच्या मंदिरात घेऊन गेल्या आणि त्यांनी त्याला मूर्तीला नमस्कार करायला सांगितलं, तर त्याने विचारलं, "आजी, याला देव का म्हणतात? तो काय करतो?" परवा त्या जेवायला बसल्या, तेव्हा मीठ घ्यायचं विसरल्या; म्हणून त्यांनी त्याला ते द्यायला सांगितलं. तो हातावर मीठ देऊ लागला, तर त्या

म्हणाल्या, “सोनू, मीठ कधीही हातावर देऊ नये.” लगेच त्याचा पुढचा प्रश्न, “हातावर मीठ दिल्याने काय होतं?”

त्याला काहीही करायला सांगितलं, की त्याचे प्रश्न सुरू व्हायचे आणि त्यांच्यापुढे त्या नेहमीच निरुत्तर व्हायच्या; कारण काही प्रश्नांची उत्तरं त्यांनासुद्धा ठाऊक नसायची. अरुंधती मात्र त्याला सर्व गोष्टी व्यवस्थित समजावून सांगायची. त्याचं समाधान होईपर्यंत त्याच्याशी बोलत राहायची. मात्र, 'आई-वडील जे सांगतात, ते मुलांनी ऐकलं पाहिजे; त्यांना प्रतिप्रश्न करू नये,' ही साधी गोष्ट तिने सोनूला शिकवावी, असं मनीषाताईंचं म्हणणं होतं. सोनूचा अभ्यास घेण्यापासून तर त्या जाणीवपूर्वक लांब राहायच्या. 'छडी लागे छमछम, विद्या येई घमघम' असं त्याचं सूत्र होतं आणि ते सोनूला पटण्यासारखं नव्हतं.

मनीषाताईंना कधीकधी वाटायचं, “अरुंधती सोनूच्या बाबतीत एवढा संयम कसा बाळगू शकते? काल मॉलमध्ये गेल्यावर सोनू एक महागडं खेळणं घ्यायचं म्हणून हट्ट धरून बसला. आई खेळणं घेऊन देत नाही म्हटल्यावर तो तिथंच रडत बसला. तिने त्याला, 'आता हे खेळणं घेणं शक्य नाही', असं समजावून सांगितलं; पण तो ऐकत नव्हता. ती त्याच्यासमोर फक्त बसून राहिली आणि त्याला म्हणाली, “तुझं रडून झालं, की सांग. मग आपण घरी जाऊ.” आजूबाजूचे लोक काय म्हणतील, याचा तिने विचार केला नाही, की त्याचं रडणं थांबावं म्हणून त्याचा हट्ट

मुलांना वाढवताना आता पालकांनाही बदलावं लागणार आहे. आताची पिढी अधिक 'स्मार्ट' झाली आहे. त्यांचं शंकासमाधान झाल्याशिवाय ती गोष्ट करणं त्यांना पटतं नाही. 'ही गोष्ट कर'असं सांगण्यापेक्षा ती गोष्ट केली तर काय फायदे होतील, हे त्यांना सांगून, 'तुला हे करायचं की नाही, हे तू ठरव,' अशी भूमिका घ्यावी लागते. पालकत्वाच्या संकल्पना आता बदलल्या आहेत. धाक दाखवून गोष्टी करून घेण्यापेक्षा त्यांच्या मानसिकतेचा अभ्यास करून त्यांच्याकडून ती गोष्ट कशी करून घेता येईल आणि ती गोष्ट करताना त्यांना आनंद कसा मिळेल, हे पाहावं लागतं.

पुरवला नाही. त्याला ओरडून, बोलून धपाटेही घातले नाहीत. मुलं ऐकत नाहीत म्हटल्यावर चार फटके मारून त्यांना गप्प करावं, एवढंच आपल्याला माहीत होतं; पण हिच्या वागण्याची पद्धत वेगळीच आहे."

सासूबाईंच्या मनात काय चाललंय, याचा अंदाज अरुंधतीला आला होता. आज त्यांच्याशी या विषयावर बोलायचं, असं तिनेही ठरवलंच होतं.

ती म्हणाली, "अहो आई, मुलांना वाढवताना आता पालकांनापण बदलावं लागणार आहे. तुमच्या वेळी 'पालकांनी सांगेल ते डोळे झाकून ऐकायचं,' हे तुम्हांला शिकवलं गेलं होतं. माझ्या लहानपणी पालकांकडे आपलं मत व्यक्त करता येत होतं; पण आताची पिढी अधिक स्मार्ट झाली आहे. त्यांचं शंकासमाधान झाल्याशिवाय एखादी गोष्ट करणं त्यांना पटत नाही. 'ही गोष्ट कर,' असं सांगण्यापेक्षा ती गोष्ट केली, तर काय फायदे होतील, हे त्यांना सांगून, "तुला हे करायचं की नाही ते तू ठरव," अशी भूमिका घ्यावी लागते. मुलांना समजेल अशा भाषेत त्यांच्या प्रश्नांची उत्तरं द्यावी लागतात. पालकत्वाच्या संकल्पना आता बदलल्या आहेत. धाक दाखवून गोष्टी करून घेण्यापेक्षा मुलांच्या मानसिकतेचा अभ्यास करून त्यांच्याकडून ती गोष्ट कशी करून घेता येईल, आणि ती गोष्ट करताना त्यांना आनंद कसा मिळेल, हे पाहावं लागतं. म्हणूनच, आता शिक्षणपद्धतीपण बदललीये. पुस्तकातून मुलांना शिक्षण देणं, घोकंपट्टी करून घेणं या सगळ्यापेक्षा त्यांचं व्यावहारिक ज्ञान कसं वाढेल, यावर अधिक भर दिला जातोय. मुलांना शाळांमधून वेगवेगळे प्रोजेक्ट्स दिले जातात. ते प्रोजेक्ट्स पूर्ण करताना मुलांचा आणि पालकांचा परस्परांशी संवाद वाढतो."

नवीन पिढीचं पालकत्व निभावताना स्वतःला कसं अपडेट राहावं लागतं, हे अरुंधती सांगत होती. आजी म्हणून आपल्यालाही बदलावं लागेल आणि सोनूची 'स्मार्ट आजी' व्हावं लागेल, हे मनीषाताईंच्याही लक्षात आलं.

पालकांच्या नि:शब्द कृतीचा फटका

आपल्याला मुलगाच हवा याचा काही जण आजही हट्ट धरतात; मुलगी जन्माला आली की काही पालक तिला मुलग्यासारखं वागवलं जातं; पण तीच मुलगी जेव्हा लग्नाच्या वयात येते तेव्हा पुन्हा तिच्यावर मुलगी 'होण्याचं' बंधन घातलं जातं. पालकांच्या नि:शब्द कृतीचा फटका मुलांना बसतो.

"अंजली, मला राधिकाची खूप काळजी वाटते ग, ती माझं काहीच ऐकत नाही, कसं होणार हिचं पुढे?"

"एवढी का काळजी करतेस रेवती? या वयातील सर्वच मुलं अशी वागतात. त्यांना त्यांच्या मर्जीने वागायचं असतं, सांगितलेलं ते ऐकतातच असं नाही."

"तरुणाईला 'माय चॉईस' आवडत असतो, हे ठीक आहे, आपणही त्या वयात तसं वागलेलो असू, पण अंजली माझी काळजी वेगळीच आहे ग, माझी राधिका ही मुलीसारखी वागतच नाही. मुलींमध्ये जो हळवेपणा, नाजूकपणा असतो तो तिच्याकडे नाहीच. ती कपडेही मुलांसारखेच घालते. हल्ली सर्वच मुली जीन्स आणि टॉप-टी शर्ट वापरतात, पण मुलींचे कपडे वेगळे असतात, ती सर्वच कपडे, हेअरकटही मुलांसारखा ठेवते. सलवार कमीज, साडी हे तर तिच्या शब्दकोषातही नाहीत. तिचं कोणतंही वागणं मुलींसारखं नाहीच. मागच्याच महिन्यात तिने पंचवीस

वर्ष पूर्ण केली. आता तिच्या लग्नाचं बघावं लागेल. तिचं असं पुरुषी वागणं असेल तर तिला कोण पसंत करणार? आणि लग्न झाल्यावरही ही अशीच वागली तर तिचं वागणं कोण सहन करणार? तिने रांगडेपणाने न राहता मुलींसारखं नाजूक राहावं, घरात, स्वयंपाकातही लक्ष पुरवावं, रोज नाही, पण सण-समारंभाला तरी मुलींसारखे कपडे घालावेत असं मला वाटतं. तिच्यात बदल घडवून आणण्यासाठी मी काय करू ते मला सांग."

अंजली रेवतीचं बोलणं ऐकत होती. ती आज राधिकाच्या तक्रारी करत असली तरी काही वर्षांपूर्वी ती राधिकाच्या याचं गुणांचं कौतुक करायची. 'तो माझा बंड्या आहे,' असं म्हणायची. तिला कराटे, स्विमिंग, ड्रायव्हिंग अशा सर्व गोष्टी क्लास लावून शिकवल्या. तिने कोणत्याही गोष्टी कशा डॅशिंगपणे कराव्यात हे तिला सतत सांगत आली. ती तशीच घडत गेली आणि आता मात्र राधिकामध्ये बदल व्हायला हवा असं रेवतीला वाटतंय.

रेवतीचं लग्न झालं तेव्हाच आपल्याला एकच मूल असावं असं तिने आणि धीरजने ठरवलं होतं. लग्नानंतर चार वर्षांनी तिला दिवस गेले. आई-वडील, सासू-सासरे सगळ्यांनी तिचं खूप कोडकौतुक केलं.

बागेतील, नावेतील, चांदण्यातील, अशी सर्व डोहाळे जेवणं केली. प्रत्येक डोहळ जेवणात पेढे की बर्फी, करंजी की लाडू, जिलेबी की गुलाबजाम याचा शोध घेताना प्रत्येकवेळी 'मुलगाच होणार' हेच शब्द तिने ऐकले होते.

सासूबाईंनी बालकृष्णाचा सुंदर फोटो तिच्या बेडरूममध्ये लावला होता. 'घराण्याचा कुलदीपक जन्माला येणार' असे त्या सर्वांना सांगत होत्या. 'सर्व लक्षणं मुलाचीच दिसत आहेत, मुलगाच होणार बघ तुला,' असं आई म्हणायची.

रेवतीने बाळाचं नाव काय ठेवायचं हे ठरवतानाही सर्व मुलांची नावं ठरवली होती. 'आपल्याला मुलगाच होणार' याची तिला खात्री झाली होती. आपण जो विचार करतो तसंच आपल्या बाबतीत घडतं यावरही तिचा विश्वास होता. परंतु कृष्ण नाही तर राधिका जन्माला आली. जेव्हा बाळ आणून तिच्या हातात ठेवलं गेलं तेव्हा ती बाळ हातात घ्यायलाही तयार नव्हती.

'हे बाळ माझं नाही' असंच ती म्हणू लागली. बाळाला दूध पाजायलाही ती तयार नव्हती. ती पूर्णपणे नैराश्यात गेली. त्यासाठी तिला वेगळे उपचार द्यावे लागले, त्यातून ती सावरली. रेवतीला स्वतःची इच्छा पूर्ण करायची होती म्हणून तिने

पालकांच्या नि:शब्द कृतीत काय आहे, हे लहानपणीच मुलं उचलतात. त्यामुळे 'जे आपण आहोत त्यापेक्षा वेगळं वागायचं,' ही 'कमांड' ते लहानपणीच शिकतात. आणि तशीच वागू लागतात. त्यांची जडणघडण तशीच होती. पालक जे वागत होते तेच बरोबर आहे, हे कितीही मोठं झालं तरी मनात राहतं. प्रत्येक व्यक्तीचे व्यक्तिमत्त्व असंच घडत असतं.

राधिकाला मुलांसारखं वाढवलं होतं. तिच्यासाठी ती कायम 'माझा बंड्या' होती. अशा सर्व वातावरणात वाढलेली राधिका मुलासारखीच वागणार होती. आता वयात आल्यावर तिने 'मुलींसारखं' वागावं असं रेवतीला वाटायला लागलं होतं.

रेवतीचं बोलणं पूर्ण ऐकल्यावर अंजली शांतपणे म्हणाली. "रेवती, लहानपणापासून राधिकाला वाढवताना तू मुलासारखं वाढवलंस, मग आता ती कशी बदलेल?"

"तू तिला 'मला मुलगा हवा होता', हे कधी बोलून दाखवलं नाहीस, परंतु तू जी आहेस त्यापेक्षा तू वेगळी आहेस हा आदेश तिच्या अबोध मनात जमा झाला. पालकांच्या निशब्द कृतीत काय आहे हे लहानपणीच मुलं उचलतात त्यामुळे जे आपण आहोत त्यापेक्षा वेगळे वागायचं ही कमांड घेतात आणि तशीच वागू लागतात.

राधिकाने लहानपणी मुलगी म्हणून तिच्या नैसर्गिक भावनांचं दमन केलं आहे आणि मुलासारखं वागणं चालू केलं, आता पुन्हा तिला 'ती कोण आहे?' याची ओळख करून द्यावी लागणार आहे. त्यात निश्चित वेळ जाईल, पण प्रयत्नपूर्वक बदल घडवणं आणि संयम ठेवणं गरजेचं आहे. हे अवघड आहे, पण अशक्य नाही."

अंजलीने बऱ्याच गोष्टी रेवतीला समजावून सांगितल्या आणि रेवतीने चिडचिड न करता राधिकामध्ये बदल घडेपर्यंत संयम ठेवण्याचं ठरवलं.

‘पालकत्व’ आव्हानात्मक गोष्ट?

पालकत्व ही जगातली सर्वांत आव्हानात्मक गोष्ट आहे. मुलांना शिस्त लावताना कधी ‘कन्ट्रोलिंग पॅरेंट’ तर कधी ‘नर्चरिंग पॅरेंट’व्हावं लागतं, पण त्यातही कळीची गोष्ट म्हणजे, कोणता रोल कधी करायचा ते ठरवावं लागतं.

“ताई, तुमचे खूप खूप धन्यवाद, आज तुमच्यामुळे माझी मुलगी पुन्हा माणसात आली. आज ती घरात खळखळून हसली. तिचं रुटीन सुरू झालं. तिच्याकडे पाहून आज मला खूप आनंद झाला. ज्या दिवशी तिने आत्महत्येचा प्रयत्न केला आणि तिला हॉस्पिटलमध्ये ॲडमिट करावं लागलं, त्या दिवशी मी मनातून हललो होतो. माझी लाडकी लेक माझ्यापासून दूर जाणार, या विचाराने मी आतून संपलो होतो, पण दैवदयेने ती वाचली. माझी कियारा मला परत मिळाली.”

“तिने असं का केलं? तिला स्वतःचं आयुष्य संपवावं असं का वाटलं? याबाबत माझ्या मनात अनेक प्रश्न आणि शंका होत्या. पण तिला मी काहीही विचारलं नाही, ती स्वतःहून बोलेल असं वाटलं, पण ती काहीच बोलली नाही.

स्वतःचा जीव वाचला त्याचा तिला आनंद आहे की दुःख आहे हेही कळत नव्हतं म्हणूनच मी तिला घेऊन तुमच्याकडे आलो. तुमच्याशी ती मनमोकळं बोलली, तेव्हा तुम्ही तिला काय समजावून सांगितलं माहीत नाही पण तेव्हापासून तिच्या वागण्यात बदल होऊ लागलाय. तिचं स्वतःच्या कोषात राहणं कमी झालं. हळूहळू घरात सर्वांशी ती बोलू लागली. तिच्या भावाशी आज ती धमाल करताना अगदी नॉर्मल वागत होती. तिच्या वागण्यात बदल झालाय. तिला जे काही तुम्ही समजावून सांगितलं त्याबाबत मनापासून धन्यवाद. पण आम्ही दोघं आज वेगळ्या कारणासाठी तुमच्याकडे आलो आहोत."

"ताई, मला सांगा, आमचं कुठं चुकलं? आम्ही आई-वडील म्हणून कुठं कमी पडलो म्हणून कियाराला हे कृत्य करावंसं वाटलं?"

कार्तिक आणि यामिनी दोघेही सुनीतीताईंकडे आले होते. आपल्या मुलीने आत्महत्येचा प्रयत्न केला हे सत्य पचवणं त्यांना आवघड जातं होतं. सुनीतीताईंनाही त्यांच्याशी बोलयचंच होतं, पण ते दोघेही स्वतःहून हे विचारायला आले म्हणून त्यांनाही बरं वाटलं. त्यांनी दोघांशी बोलायला सुरुवात केली.

"कार्तिक आणि यामिनी, तुम्ही दोघांनीही अत्यंत कष्ट आणि मेहनत घेऊन मुलांना वाढवलं. स्वतःच्या हौसेमौजेला मुरड घालून मुलांना काहीही कमी पडणार नाही याची काळजी घेतलीत. त्यांना हव्या त्या गोष्टी त्यांनी न मागताही त्यांच्यासमोर हजर करत राहिलात. त्यांना उत्तम शिक्षण मिळावं यासाठी आटोकाट प्रयत्न केलेत, पण मुलांना नक्की काय हवं असतं? त्यांच्या मनात काय चालू असतं? याचा विचार केला नाहीत. आपण करतो ते सर्व चांगलंच आणि मुलांच्याही

> प्रत्येक वेळी मुलांना बंधने घालून चालत नाही, त्यांच्या वैचारिकशक्तीला, निर्णयशक्तीला चालना देणं महत्त्वाचं असतं. फक्त कधी-कधी समंजस पालक होतानाही मुलांना हवं ते करण्याचं स्वातंत्र्य दिलं तर मुलांवर काहीच बंधने राहात नाहीत, त्यामुळे मुलांना शिस्त लावताना कधी 'कन्ट्रोलिंग पॅरेंट' तर कधी 'नर्चरिंग पॅरेंट' व्हावं लागतं, फक्त कोणता रोल कधी करायचा ते ठरवावं लागतं.

चांगल्यासाठीच आहे याच विचारात तुम्ही होतात. आपलं काही चुकत असेल हा विचारही तुम्ही कधी केला नाहीत. ही महत्त्वाची चूक पालकांकडून होते. आपण सांगतो ते मुलांनी ऐकलंच पाहिजे यासाठी तुम्हीही अट्टाहास करत राहिलात. कधी धाक दाखवून तर कधी इमोशनल ब्लॅकमेल करून.' तू हे ऐकलंस तरच तुला नवीन मोबाईल मिळेल, असं केलं नाहीस तर या वेळेस लॅपटॉप मिळणार नाही, एवढे मार्क मिळाले तरच बाईक मिळेल,' असं केल्यामुळे मुलांना त्यांची निर्णयक्षमता वापरता येत नाही. आईवडील म्हणतील तसंच वागायचं ही सवय त्यांना लागली आहे. कियारा आत्तापर्यंत तुमच्या छत्रछायेत होती, आता शिक्षणाच्या निमित्ताने तिला एकटं हॉस्टेलवर राहावं लागलं. अनेक निर्णय स्वतःचे स्वतः घ्यावे लागले त्यामध्ये मिळालेलं अपयश ती पचवू शकली नाही. मी सर्वांपेक्षा मागे पडत आहे, मी यांच्यासारखी हुशार कधीच होऊ शकणार नाही, या विचारांमुळे ती नैराश्यात गेली आणि या भावनांना सामोरं जाण्याचं सामर्थ्य तिच्याकडे नसल्याने तिने हे कृत्य केलं होतं. आता ती व्यवस्थित आहे, पण तुम्ही दोघांनीही तुमच्या वागण्यात बदल करायला हवा."

"प्रत्येक वेळी मुलांना बंधने घालून चालत नाही, त्यांच्या वैचारिक शक्तीला, निर्णयशक्तीला चालना देणं महत्त्वाचं असतं. फक्त कधी कधी सर्जनशील पालक होतानाही मुलांना हवं ते करण्याचं स्वातंत्र्य दिलं तर मुलांवर काहीच बंधन राहात नाहीत. त्यामुळे मुलांना शिस्त लावताना कधी कन्ट्रोलिंग पॅरेंट तर कधी नर्चरिंग पॅरेंट व्हावं लागतं फक्त कोणता रोल कधी करायचा ते ठरवावं लागतं. आपल्या आयुष्यातही असं शिफ्टिंग महत्त्वाचं असतं. कोणत्याही नात्यामध्ये बंधनंही चांगली नाहीत आणि काहीच न बोलता जे आहे जसं आहे तसं चालू ठेवणंही चांगलं नाही. सुवर्णमध्य साधता यायला हवा."

सुनीतीताई आयुष्यातील फक्त पालकत्वाबाबतच नाही तर नात्यातील व्यवहाराबद्दलही बोलत होत्या. कार्तिक आणि यामिनीला कियाराच्या बाबतीत आपलं काय चुकलं ते समजलं, तसंच सुनीतीताईंकडून यापुढे तिच्याशी कसं वागायचं याचे धडेही मिळाले.

आईकडून बहिणींमध्ये दुजाभाव?

प्रत्येक व्यक्तीचं लहानपणाच्या अनुभवावरून वयाच्या सातव्या वर्षांनंतर स्वतःचं 'लाइफ स्क्रिप्ट' तयार होतं त्यामध्ये कुणी हिरो असतो. कुणी मदत करणारा 'एंजल' असतो, तर कुणी 'व्हिलन' असतो. तुमच्या आयुष्यात आहे तुमची आई व्हिलन?

"कविता, तुला आनंदाची बातमी सांगायला फोन केलाय. अनिता आता सासू होणार. अग, गार्गीचं लग्न ठरलंय. तुझ्यापेक्षा लहान असून आता ती तुझ्या आधी सासू होणार. मला समजलं म्हणून म्हटलं, तुला लगेच कळवावं."

खरंतर आईने चांगली बातमी सांगण्यासाठी कविताला फोन केला होता, हे ऐकल्यावर कविताला आनंद व्हायला हवा होता. गार्गी तिची लाडकी भाची होती, पण आनंद होण्याऐवजी तिची चिडचिड सुरू झाली. आईचं बोलणं तिला चांगलंच खटकलं. केवळ मला डिवचण्यासाठी तिने हा फोन केला असावा, असं तिला वाटलं.

ती कौस्तुभच्या रूममध्ये गेली. तो त्याच्या कामात मग्न होता.

"कौस्तुभ, तुम्ही तुमचीच कामं करत बसा. घरात तुमचं अजिबात लक्ष नाही. मुलीचं वय वाढत चाललंय. तिच्याकडे कोण लक्ष देणार? किती वेळा सांगितलं की, आपण विवाहमंडळात तिचं नाव नोंदवू, पण तुम्ही काहीच तयारी दाखवत

नाही. तिच्याबरोबरीच्या सर्व मुलींची लग्नं होऊन जातील आणि ही अशीच राहील. तुम्हाला कोणी बोलत नाही, पण सर्व जण मलाच दोष देतात."

"अग, शर्वरीची मानसिक तयारी तर होऊ दे, मग तिचं नाव नोंदवू आणि तुला कोण दोष देतंय त्याच्यासाठी?"

"आईचा आत्ताच फोन आला होता. गार्गीचं लग्न ठरलंसुद्धा. दोघी एकाच वर्षी एकाच महिन्यात जन्माला आल्यात. आता आपण किती वाट पाहायची?" कविता कौस्तुभवर चिडचिड करत होती, तिची बडबड चालूच होती.

कविताच्या आईचा फोन आला होता म्हणजे ती अनिताबद्दल नक्कीच काही चांगलं बोलली असणार आणि त्यामुळे कविताचा मूड गेलेला आहे हे कौस्तुभने ओळखलं.

तिच्याशी बोलून तिचं मन मोकळं करणं, तिला धीर देणं गरजेचं आहे, हे लक्षात आल्याने त्याने तिच्याशी बोलायला सुरुवात केली.

"कविता, गार्गीचं लग्न ठरलं म्हणजे शर्वरीचं लगेच ठरायलाच पाहिजे असं आहे का? अग, या सगळ्या योगायोगाच्या गोष्टी आहेत. तू घाई करू नकोस. तुला त्याबाबत कोणीही दोषी ठरवणार नाही."

"पण आई आत्ता बोलून गेली ना, अनिता तुझ्यापेक्षा लहान असून तुझ्याआधी ती सासू होणार."

"कविता, आई काहीही बोलली आणि त्यात अनिताचा संदर्भ आला की आई तुला मुद्दाम बोलते. अनिताला अधिक महत्त्व देते. तिच्यावरच अधिक प्रेम करते. तिच्यावरून तुला हिणवते, असं तुला वाटतं, प्रत्येक व्यक्तीचं लहानपणाच्या अनुभवावरून वयाच्या सातव्या वर्षानंतर स्वतःचं 'लाइफ स्क्रिप्ट' तयार होतं. त्यामध्ये कुणी हिरो असतो. कुणी मदत करणारा एंजल असतो, तर कुणी व्हिलन असतो. तसंच तुझ्या लहानपणच्या काही अनुभवावरून तुझं 'लाइफ स्क्रिप्ट' तू तयार केलं आहेस. त्यामध्ये आई तुला नेहमी 'व्हिलन' वाटत आली आहे.

"ती दुजाभाव करते. तिचंच कौतुक करते आणि तुला कमी लेखते, असा तुझा समज हळूहळू पक्का होत गेला आणि तो आता तुझ्या मनात ठाण मांडून बसला आहे.

"गार्गी आणि शर्वरी यांचा जन्म १५ दिवसांच्या अंतराने झाला त्या वेळी तुझी आई अनिताकडे न जाता तुझ्यासोबत राहिली होती. तुझ्या कोणत्याही अडीअडचणीला त्या धावून आल्या आहेत. माझा अपघात झाला होता तेव्हाही

प्रत्येक व्यक्तीचं लहानपणाच्या अनुभवावरून वयाच्या सातव्या वर्षानंतर स्वतःचं लाइफ स्क्रिप्ट तयार होतं. त्यामध्ये कुणी 'हिरो' असतो. कुणी मदत करणारा 'एंजल' असतो, तर कुणी 'व्हिलन' असतो. काही वेळा आईही 'व्हिलन' वाटते, 'ती दुजाभाव करते. माझ्यापेक्षा बहिणीचं कौतुक करते आणि मला कमी लेखते,' असाही समज होतो आणि तो मनात ठाण मांडून बसतो. परंतु प्रत्येक आईला तिची सर्व लेकरं सारखीच असतात. त्यामुळे मानसिक त्रास करून न घेता आपला दृष्टिकोन बदलायला हवा. आपलं 'लाइफ स्क्रिप्ट' बदलणं आपल्याच हाती असतं.

त्या घराला आणि शर्वरीला सांभाळण्यासाठी धावून आल्या, पण हे तू विसरून गेली आहेस.

"तुझ्या कोणत्याही बाबतीत त्यांनी अनिताचं उदाहरण दिलं की, तुला त्याचा लहानपणापासूनच राग यायचा आणि अजूनही येतो. कविता, प्रत्येक आईला तिची सर्व लेकरं सारखीच असतात. कधी कधी तिच्याकडून एखाद्याला झुकतं माप मिळालं म्हणून तिचं दुसऱ्या लेकरावरचं प्रेम कमी होत नाही. तुझ्या आईकडून दोघींना वाढवताना कधीतरी पंक्तिप्रपंच झाला असेल. काही चुका झाल्याही असतील, पण मुद्दाम तुला त्रास व्हावा हा हेतू का असेल? आणि तसं असतंच तर ती तुझ्या मदतीला का आली असती?

"कविता, तुझ्या मनातील या गोष्टी काढून तुझा दृष्टिकोन तू बदलायला हवास. याचा तुलाही खूप मानसिक त्रास होतो आहे. आपलं 'लाइफ स्क्रिप्ट' बदलणं आपल्याचं हाती असतं."

कौस्तुभचं बोलणं पटतं नसलं तरी सत्य होतं. काही वेळा आपल्याकडूनही उगाच ताणलं जातं आणि आपणच आपला मानसिक त्रास वाढवतो. हे कविताच्याही लक्षात आलं होतं. स्वतःचं 'लाइफ स्क्रिप्ट' बदलण्याची हीच वेळ आहे.

मुलांच्या वागण्याचा अर्थ काय?

मुलं वागतात त्यामागे त्यांचा काही विचार असतो किंवा परिस्थिती असते. त्यांच्याशी त्याबाबत शांतपणे बोलल्याशिवाय त्यांच्या वागण्याचा घाईने लावलेला अर्थ तुम्हालाच नैराश्येकडे नेऊ शकतो.

"भैरवी, अग, एवढं धावतपळत मला भेटायला यायची काय गरज होती? आपण फोनवरही बोलू शकलो असतो."

"तुला आज प्रत्यक्ष भेटणं खूपच गरजेचं होतं; म्हणून मी आलेय."

"ठीक आहे. तू शांत बस बरं आधी. हे पाणी घे. आपण बोलू; पण तू आधी थोडी रिलॅक्स हो बघू."

"नाही ग, माझ्या जान्हवीचं व्यवस्थित झाल्याशिवाय मी रिलॅक्स होऊ शकणार नाही."

"जान्हवीला काय झालंय?"

"समृद्धी, माझी जान्हवी किती हुशार आणि अभ्यासू आहे, हे तुला चांगलंच माहितीये; पण तिचा 'सीईटी'चा स्कोअर कमी आला आणि तिला मेडिकल

कॉलेजमध्ये ॲडमिशन मिळाली नाही. तिच्या बाबांच्या सांगण्यावरून तिने इंजीनिअरिंगची 'सीईटी'पण दिली होती. त्या स्कोअरप्रमाणे तिला चांगल्या ठिकाणी ॲडमिशन मिळाली. नुकतीच तिची एक सेमिस्टर पूर्ण झाली; पण ती दोन विषयांत नापास झाली आहे. तिचं लक्ष अभ्यासात लागत नाहीये. फुलपाखरासारखी बागडणारी माझी जान्हवी अगदी कोमेजून गेली आहे; तिचं वजन कमी झालंय. ती नाराज असते. मला ती नैराश्यात गेल्यासारखी वाटते.

"समृद्धी, तू मानसोपचार क्षेत्रात काम करतेस. नैराश्यात गेलेली मुलं आत्महत्येचा प्रयत्नही करतात, अशी खूप उदाहरणं मी ऐकली आहेत. आपण तिला औषधं सुरू करू या का? की तुझ्याकडे एखादी मानसोपचार थेरपी असेल, तर ती सुरू करू या? तिचे बाबा म्हणतात, की एखादं वर्ष वाया गेलं, तरी हरकत नाही; पण तिने इंजीनिअरिंग पूर्ण करावं. मला वाटतं, की तिला पुन्हा मेडिकलला ॲडमिशन मिळवून देण्यासाठी प्रयत्न करावेत. तुला काय वाटतं? जान्हवीवरच्या उपचारांसाठी काय करू या, तेही सांग."

समुपदेशन आणि थेरपीची गरज जान्हवीला नसून भैरवीला आहे, हे समृद्धीच्या लक्षात आलं. ती म्हणाली, "भैरवी, अग, जान्हवीला मेडिकल कॉलेजमध्ये ॲडमिशन मिळाली नाही, याचं तिच्यापेक्षा तुलाच जास्त वाईट वाटतंय. तुझी इच्छा होती, की तिने डॉक्टर व्हावं आणि तिच्या बाबांची इच्छा होती, की तिने इंजीनिअर व्हावं; तिला स्वतःला नक्की काय व्हायचंय? या प्रश्नाचा विचारच

मुलाचं शालेय शिक्षण संपून ते पुढील शिक्षणासाठी होस्टेलवर राहतात, त्यांच्या वागण्यात अनेक वेळा बदल होतो. राहणीमानात बदल होतो. एखादा हुशार मुलगाही पहिल्या सेमिस्टरमध्ये एखाद-दुसऱ्या विषयामध्ये फेल होणं, एटीकेटी मिळणं, हे होऊ शकतं, याचा अर्थ लगेच आपलं मूल नैराश्यात गेलं असा काढू नये. पालकांनाच आपली स्वप्नं पूर्ण होणार नाही, आपल्या हातातून सर्व काही निसटून गेलं आहे, अशी भावना मनात निर्माण झाल्याने नैराश्य येऊ शकतं. अतिविचार करून मुलांच्या वागण्याचा घाईने अर्थ लावू नये.

तुम्ही दोघांनी केलेला नाही. "तिचं वजन कमी झालंय. पहिल्या सेमिस्टरमध्ये ती दोन विषयांत नापास झाली. ती जास्त बोलत नाहीये. या सगळ्याचा अर्थ म्हणजे ती नैराश्यामध्ये गेली आहे, असं तुला वाटतंय. इतके दिवस ती घरचं खात होती. आता होस्टेलवर राहून कँटीनमधलं जेवते; त्यामुळे वजनावर परिणाम होऊ शकतो. वातावरण बदलतं. नव्या ओळखी व्हायला वेळ लागतो. अजून तिथं रमली नाही, म्हणून ती जास्त बोलत नसेल. इंजीनिअरिंगला अभ्यासाचे विषय बदलतात; ते समजून घ्यायला वेळ लागतो. पहिल्या सेमिस्टरमध्ये एखाद-दुसऱ्या विषयामध्ये नापास होणं, 'एटीकेटी' मिळणं, असं होऊ शकतं. याचा अर्थ तू ती नैराश्यात गेली, असा का घेते आहेस?

"भैरवी, तू माझी चांगली मैत्रीण आहेस म्हणून सांगते. तुझं स्वप्नं पूर्ण होणार नाही, याचं तुला जास्त वाईट वाटतंय. हातातून सगळं काही निसटून गेलं आहे, अशी भावना तुझ्या मनात निर्माण झाल्याने तू अतिविचार करते आहेस. स्वतःला सावर. मुलीला मेडिकलला ॲडमिशन घेऊन देता आली नाही, याची टोचणी तुला लागून राहिली आहे. जान्हवीच्या बाबतीत तुझी काळजी योग्य असली, तरी 'ती नैराश्यात गेली,' अशा निष्कर्षापर्यंत तू जाऊ नकोस. मी तिच्याशी नक्कीच बोलेन. तिच्या मनात काय चाललंय, ते मी समजून घेईन."

"समृद्धी, तू म्हणतीयेस ते बरोबरही असेल. मीच अतिविचार करतेय. तिने डॉक्टर व्हावं, असं स्वप्नं मी बघितलं होतं. त्यामुळेच मला त्रास होत असेल; पण आता मी स्वतःला सावरेन. फक्त ती आनंदी राहावी, एवढंच मला वाटतं. तुझ्याशी बोलल्यानंतर मला आता हलकं वाटतंय. तू जान्हवीशीसुद्धा नक्की बोल."

"हो, मी बोलेन तिच्याशी. काळजी करू नकोस."

समृद्धीच्या आश्वासक बोलण्याने भैरवी शांत झाली. आपल्या चुका दाखवणारी, खरी मैत्रीण आयुष्यात गरजेची असते, हे तिला पटलं होतं.

मुलांचे 'रॅकेट फिलिंग' ओळखा

घरातल्या सुरक्षित वातावरणातून कॉलेज किंवा होस्टेलमध्ये गेल्यावर काही वेगळ्या स्वभावाच्या माणसांशी, परिस्थितीशी सामना करावा लागतो. अशावेळी मुलांचं वागणं बदलतंय का? याकडे लक्ष ठेवायला हवं.

“मानसी, मी काय सांगते आहे त्याचा नीट विचार कर. तुला अवंतीला खूप मोठ्ठं करायचं, ती करिअरमध्ये टॉपर राहावी असं तुला वाटतंय. तू त्यासाठी प्रयत्नही करते आहेस, पण तिच्या वर्तनातील बदल लक्षात घे. तिला आत्ता मानसिक उपचारांची गरज आहे. तिला काहीही झालं नाही असं म्हणत तू वास्तव स्वीकारत नाही आहेस. मानसोपचार घेतल्यामुळे समाजात तिच्याकडे वेगळ्या दृष्टीने बघितलं जाईल असं तुला वाटतंय. पण ते चुकीचं आहे. तुझी आधी मानसिक तयारी कर आणि तिला डॉक्टरांकडे घेऊन जा.”

सुषमा मानसीला समजावून सांगण्याचा प्रयत्न करत होती, पण काही केल्या आपल्या मुलीमध्ये काही कमतरता आहे, हे मान्य करायलाच ती तयार होत नव्हती.

“सुषमा अग, तिला खरंच काही झालं नाही. मी तिची आई आहे. मला तिचा स्वभाव माहिती आहे. ती मनातलं काही बोलत नाही. शांत राहते, त्यामुळे तिची थोडी

आपण लहानपणापासून मनात काही भावना दाबून ठेवलेल्या असतात. मोठं झाल्यावरही त्याचे पडसाद आपल्या मनावर उमटत असतात. त्या भावना नियंत्रित करणं काही व्यक्तींना जमतं तर काहींना आजिबात जमतं नाही. आयुष्यातील काही बदलांमुळे या भावना पुन्हा उफाळून येतात आणि त्याचा त्रास व्हायला सुरुवात होते. स्वतःच्या भावना कशा नियंत्रित करायच्या यासाठी वेळीच उपचार करून घेणंही महत्त्वाचं असतं.

घुसमट होते. दडपण येतं. त्यावेळी ती काहीच करू शकत नाही. एरवी ती 'नॉर्मल' असते आणि आता मी तिच्यासाठी एक व्रत करते आहे. त्याची सांगता झाली की तिला नक्की बरं वाटेल. उगीचंच डॉक्टरांकडे जाण्याची काहीच गरज नाही."

मानसी बोलत असतानाच मंदार आला आणि म्हणाला, "सुषमा, मी अवंतीला नक्की मानसोपचारतज्ज्ञाकडे घेऊन जाईन. इतकी हुशार आणि बुद्धिमान मुलगी असूनही तिला काय झालं असेल?"

"मंदार अरे, हा एक आजार आहे. आपल्याला खोकला, सर्दी-पडसं होतं तेव्हा आपण डॉक्टरांकडे जाऊन औषध उपचार करतोच ना? तसंच या मानसिक आजारावरही औषध आहेत. या आजाराचं निदान झालं की, काही उपचार आणि समुपदेशनांतर व्यक्ती पूर्ववत होऊ शकते."

"सुषमा, पण हा मानसिक आजार आहे हे कसं ओळखायचं?"

"आपण अवंतीच्या बाबतीत विचार केला तर ती सध्या खूप चिडचिड करते. ती कुणाच्यातही मिसळत नाही. घरातही बोलत नाही. शून्यात पाहात बसते. कोणत्याही गोष्टीत पुढाकार घेत नाही. ती रात्र-रात्र जागी असते. तिचं वागणं आणि बोलणं बदललं आहे. कदाचित तिला चिंता किंवा नैराश्याचा आजार झाला असण्याची शक्यता आहे."

"पण हे असं अचानक कसं होतं?" मानसीने विचारलं

"मंदार आणि मानसी, हे अचानक घडत नाही. आपण लहानपणापासून मनात काही भावना दाबून ठेवलेल्या असतात. मोठं झाल्यावरही त्याचे पडसाद आपल्या मनावर उमटत असतात. त्या भावना नियंत्रित करणं काही व्यक्तींना जमतं तर

काहींना आजिबात जमतं नाही. आयुष्यातील काही बदलांमुळे या भावना पुन्हा उफाळून येतात आणि त्याचा त्रास व्हायला सुरुवात होते."

"अवंतीला मी लहानपणापासून ओळखते. ती लहान असताना अवखळ, थोडी भांडखोर होती. सोसायटीमधून आणि शाळेमधून 'ती फार बडबड करते' म्हणून तक्रारी यायच्या. स्वतःच्या मनासारखं झालं नाही तर हट्ट करून, रडून ती आपल्या मनासारखं करवून घेत असे. त्या तिच्या अस्सल व नैसर्गिक भावना होत्या. जशी ती मोठी होत गेली तसं तिला तुम्ही दोघांनीही वळण लावण्याचा प्रयत्न केला. म्हणजेच समाजात स्वीकृत वर्तन कसं असतं त्याचे धडे देत गेलात."

"मुलगी आहेस ना? असं भांडण, मारामारी मुलींनी करायची नसते. 'मोठी झालीस, आता हट्टीपणा बंद. शहाण्यासारखं वागायचं,' 'स्वतःच्या मनातील सगळ्याच गोष्टी सांगायच्या नसतात नाहीतर आपली फसवणूकही होऊ शकते,' अशासारख्या गोष्टी ऐकून तिने स्वतःमध्ये बदल केला.

"भावना व्यक्त करण्याची तिची पद्धत तिने बदलली. राग आला तरी दाखवायचा नाही निराश व्हावं लागलं तरी चालेल, असं तिने मनाला समजावलं. आलेला राग ती मनात साठवून ठेवू लागली. व्यक्त होणं बंद केलं. कुणाशी तरी भांडून हट्ट करून ती मोकळी व्हायची. त्या तिच्या 'रॅकेट फिलिंग' होत्या. त्या तिने मनाच्या कोपऱ्यात साठवून ठेवल्या.

जेव्हा ती कॉलेजमध्ये गेली. होस्टेलमध्ये राहू लागली. सर्व निर्णय स्वतः घेण्याची वेळ आली तेव्हा तिची निर्णय क्षमता कमी पडत आहे. आई-वडिलांपासून, सुरक्षित वातावरणापासून दूर राहण्याची पहिलीच वेळ, त्यामुळे त्या नव्या वातावरणात सामावून घेताना तिला त्रास होत आहे. स्वतःच्या भावना कशा नियंत्रित करायच्या हे तिला माहीत नाही, पण या सर्व गोष्टीतून तिला बाहेर काढण्यासाठी योग्य उपचार करणं महत्त्वाचं आहे. तिला वेळीच उपचार मिळाले नाहीत तर तिचा आजार वाढू शकतो."

मानसिक आजाराबाबत व त्याच्या निदानाबाबत मंदार आणि मानसी यांनी सुषमाचं सर्व म्हणणं ऐकून घेतलं. अवंतीच्या बाबतीत कोणताही हलगर्जीपणा न करता तिच्या वर्तनाचं निदान होणं आणि तिच्यावर वेळेवर उपचार होणं महत्त्वाचं आहे हे दोघांनीही ठरवलं.

लेखिका परिचय

डॉ. स्मिता प्रकाश जोशी

बीकॉम, एमएसडब्ल्यू, एलएलएम, पीएचडी (लॉ)

संपर्क क्रमांक : ९६२३४५५००१

इ-मेल : smitajoshi606@gmail.com

- जानेवारी, १९९७पासून पुणे येथे समुपदेशक म्हणून कार्यरत त्यापूर्वी महिला व बालकल्याण विभाग महाराष्ट्र आरोग्य मंडळ ग्रामीण विकास प्रकल्प कुसुमबाई मोतीचंद महिला सेवाग्राम पुणे यांच्यासोबत विविध पदांवर काम
- विविध दैनिक, मासिके, नियतकालिके, दिवाळी अंक यांमध्ये नियमित लेखन, दूरदर्शन प्रसार भारती आणि आकाशवाणी यांच्यासाठी विविध कार्यक्रम, मुलाखती, मालिकांचे आयोजन, सूत्रसंचालन व लेखन
- कौटुंबिक समस्यांवर समुपदेशन कौटुंबिक वादांचा मुलांवर होणारा परिमाण, एकेरी पालकत्व, पुनर्विवाह, बदलते कौटुंबिक कायदे यांविषयांवर राष्ट्रीय-आंतरराष्ट्रीय जर्नलमध्ये संशोधनपर लेख प्रसिद्ध
- महाराष्ट्र ज्युडिशियल ॲकॅडमी महिला व बालकल्याण विभाग प्रशिक्षण केंद्र, 'यशदा' यांच्यासह विविध स्वयंसेवी संस्थांमध्ये अधिकारी व सामाजिक कार्यकर्त्यांसाठी समुपदेशन विषयक प्रशिक्षण व व्याख्याने

- सकाळ सोशल फाउंडेशनसह विविध सामाजिक संस्था, महाविद्यालयांबरोबर विवाहपूर्व समुपदेशन, कौटुंबिक समुपदेशन, नातेसंबंध सुदृढ होण्यासाठी विविध कार्यक्रमांचे आयोजन, व्याख्याने व जनजागृती कार्यक्रमात सहभाग

पुरस्कार :

- मानवी हक्क संरक्षण आणि जागृती यांच्याकडून 'मानवाधिकार विशेष कार्य पुरस्कार'
- वंचित विकासतर्फे 'कृतज्ञता राज्यस्तरीय पुरस्कार', 'नवदुर्गा पुरस्कार', 'कै. प्रेमाताई कामतेकर स्मृती पुरस्कार', महिला दिनानिमित्ताने 'रणरागिणी पुरस्कार', राजश्री शाहू ज्येष्ठ नागरिक संस्थेकडून कोल्हापूर येथे विशेष सत्कार, पुणे जिल्हा रोटरी क्लबकडून 'कृतज्ञता गौरव पुरस्कार', 'रुग्ण हक्क सेवा समिती' या संस्थेतर्फे समुपदेशन क्षेत्रासाठी 'शिवसन्मान' पुरस्कार, 'आरोग्य संपदा ३६०' या संस्थेकडून कौटुंबिक समुपदेशन व न्यायव्यवस्थेतील योगदानासाठी विशेष सन्मान व पुरस्कार.

पुस्तके :

- 'अर्थ नात्यांचा' (कौटुंबिक समुपदेशन), 'लग्नाचा जीपीएस' (विवाहपूर्व समुपदेशन) आणि 'कौटुंबिक वादासाठी विशेष न्यायव्यवस्था – कौटुंबिक न्यायालय' आणि 'मनसा' (मतिमंद मुलांच्या पालकांसाठी समुपदेशन)ही पुस्तके प्रकाशित झाली आहेत.

सकाळ प्रकाशनाची इतर पुस्तके

डॉ. स्मिता प्रकाश जोशी लिखित इतर पुस्तके

- रिलेशन्स : नातं निभावताना
- रिलेशन्स : नातं तुटताना आणि नव्याने जुळवताना
- लग्नाचा जीपीएस
- अर्थ नात्यांचा

इतर लेखकांची पुस्तके

- मेलडी इन लिव्हिंग टुगेदर
- स्वत:चे मोल जाणून घेण्यासाठी स्वयम् ३६५
- भावनांच्या जगात
- माझ्या प्रिय मुला
- निर्णय घ्यावा कसा?
- घडवा स्वतःला, फुलवा स्वतःला

www.ingramcontent.com/pod-product-compliance
Lightning Source LLC
Chambersburg PA
CBHW031351230926
51848CB00002B/471
* 9 7 8 9 3 4 8 0 4 8 2 0 2 *